அறியாத உறவுகள்

அறியாத உறவுகள்

நிர்மல்

SPECIFICS

Title : Ariyaatha Uravugal
Author's Name : Nirmal

Published by ZDP Specifics

ZDP Specifics
(An imprint of Zero Degree Publishing)
No.75 & 76, I Floor, Kuppusamy Street,
Balaji Nagar, Padi,
Chennai - 600050

Website: www.zerodegreepublishing.com
E Mail id: zerodegreepublishing@gmail.com
Phone: 89250 61999

ZDP Specifics First Edition : December 2025
ISBN : 978-93-47206-27-6
TITLE NO ZDPS :127

Rs. 200/-

Cover Design : Negizhan
Layout : Vijayan, Creative Studio
Printed at Rathna Offset Printers, Chennai, India.

பொருளடக்கம்

பகுதி - 1

பகுதி - 2

பகுதி - 3

பகுதி - 4

பகுதி 1

உழைப்பிலிருந்து விடுதலையா?

இன்றைய ஊடகச் செய்திகளிலும், விவாதங்களிலும், கருத்துப் பரிமாற்றங்களிலும் அதிகம் புழங்கும் சொல்லாடல்களில் ஒன்றாக உள்ளது 'செயற்கை நுண்ணறிவு' எனும் 'ஏ.ஐ.,' தொழில்நுட்பம்.

'ஏ.ஐ.,' எனும் இந்தச் சொல், ஒரு புதிய தொழில்நுட்பத்தைக் குறிக்கிறது என, நாம் அனைவரும் அறிந்திருந்தாலும், அந்தத் தொழில்நுட்பத்தின் உண்மையான ஆற்றலும், அதனால் மனிதர்களின் உழைப்பில் ஏற்படப்போகும் பலவித மாற்றங்களும், நம் கற்பனைக்கு அப்பாற்பட்ட, நம் அறிவுக்கு எட்டாத ஒன்றாகவே இருக்கப்போகிறது.

"ஏ.ஐ., டெக்னாலஜி அப்படி என்னத்த மாத்தப் போகுது?" என்று கேட்போருக்குச் சில எளிய எடுத்துக்காட்டுகள்:

இனி, ஓட்டுநரே இல்லாமல் கார்கள் தானாகவே இயங்கும். உங்கள் உள்ளம் கவரும் ஓவியங்களைக் கணினிகளே தீட்டும். மனதைக் கொள்ளையடிக்கும் இசையைக்கூட கணினிகள் உருவாக்கும். திரைப்படங்களை 'எடிட்' செய்யும். நமது பணத்தை மிகச் சிறப்பாக நிர்வகித்து, அதிக லாபம் ஈட்ட உதவிபுரியும். ஒவ்வொரு குழந்தைக்கும் ஏற்றவாறு தனிப்பட்ட முறையில் பாடங்களைக் கற்றுத்தரும். மனிதர்களே தேவைப்படாத அளவுக்கு அனைத்துப் பணிகளையும் தானியங்கி முறையில் இயந்திரங்களே செய்து முடிக்கும். குறிப்பாக, நோயாளிக்கு சிகிச்சையளிக்க மருத்துவர்கள் கூட இனி தேவைப்பட மாட்டார்கள்.

இப்படியாக இந்தப் பட்டியல் நீண்டுகொண்டே செல்கிறது. 'ஏ.ஐ.,' எனும் செயற்கை நுண்ணறிவு தொழில்நுட்பத்தை, பொருளாதார வளர்ச்சியின் திறவுகோலாக உலக நாடுகள் பார்க்கின்றன. பெருமுதலாளிகள், தங்கள் நிறுவனத்தின் செலவுகளைக் குறைத்து அதிக லாபம் ஈட்டித்தரும் அரிய கருவியாக இதைக் கொண்டாடுகிறார்கள்.

அறிவியலின் கருப்பையிலிருந்து புதிய தொழில்நுட்பங்கள் பிறக்கும்போதெல்லாம், இதுபோன்ற கணிப்புகள், எதிர்பார்ப்புகள் எழுவது இயல்புதான். இந்தக் கணிப்புகளில் பல, எதிர்காலத்தில் நிஜமாகலாம், நீர்த்தும் போகலாம்.

அறிவியலாளர்களால் இதற்கு முன்னர் உருவாக்கப்பட்ட தொழில்நுட்பங்கள், கண்டுபிடிப்புகள் யாவும், ஒரு குறிப்பிட்ட துறையில் மட்டுமே மாற்றங்களை நிகழ்த்தியதால், அந்தத் தொழில்நுட்பங்கள் குறித்து ஒரு சாரார் மட்டுமே கருத்துகளையும், கணிப்புகளையும் தெரிவித்தனர்.

ஆனால், செயற்கை நுண்ணறிவு என்ற 'ஏ.ஐ.,' தொழில்நுட்பம் அப்படி அல்ல.

இது, உலகின் 90 விழுக்காடு தொழில்முறைகளில் நேரடியாகவும், மறைமுகமாகவும் மாற்றங்களை ஏற்படுத்தப் போகிறது என்பதாலேயே, உலகம் முழுவதும் பேசுபொருளாக மாறி நிற்கிறது.

செயற்கை நுண்ணறிவு குறித்து ஒவ்வொருவரும் அவரவர் அறிவுக்கு ஏற்றபடி, புரிதலுக்கு உகந்தபடி கருத்துகளைப் பரப்பிவரும் இந்நிலையில், அறிவியல் சிந்தனையாளர்களும், தொழில்நுட்ப அறிஞர்களும் ஒரு முக்கியமான கருத்தை முன்வைக்கின்றனர். அந்தக் கருத்து, 'ஏ.ஐ.,' தொழில்நுட்பத்தால் நாம் எதிர்கொள்ளப்போகும் மிகப் பெரிய வாழ்வியல் மாற்றத்தைக் குறிக்கிறது.

"செயற்கை நுண்ணறிவு, தினசரி உழைப்பிலிருந்து மனிதர்களை முழுமையாக விடுவிக்கும். கடினமான, ஒரே மாதிரியான வேலைகள் அனைத்தையும் செயற்கை நுண்ணறிவே கவனித்துக்கொள்ளும். எனவே, மனிதர்கள் அனைவரும் தங்களிடமுள்ள அறிவு, திறமை ஆகியவற்றை ஓய்வுக்காகவும், பொழுதுபோக்கவும், படைப்பாற்றல், கல்வி உள்ளிட்ட செயல்பாடுகளுக்காகவும் பயன்படுத்தலாம்.

'ஏ.ஐ.,' தொழில்நுட்பத்தால் உழைப்பே தேவையில்லாத ஒரு புதிய சகாப்தம் உதயமாகும்" என்கிறார்கள் அறிஞர்கள்.

"ஆஹா, 'ஏ.ஐ.,' தொழில்நுட்பத்தால் உழைப்பிலிருந்து விடுதலையா!" என்ற சிந்தனை, வியர்வையற்ற, உழைப்பின் சுமையற்ற, ஓய்வு நிறைந்த ஓர் உலகை நம் மனதிற்குள் அகல விரிய வைக்கிறது. ஆனந்தக் கனவில் உலா வரச் செய்கிறது.

மேலும், இதுவரை நமக்குக் கற்பனையாகத் தோன்றிய ஒன்றை, மதப் புத்தகங்களின் மூலமாகக் காட்டப்படும் விண்ணுலகம், வானுலகம் போன்ற வாழ்க்கையை ஏ.ஐ., தொழில்நுட்பம் தரப்போகிறது. அது மாயாஜாலம் போல நம்மை ஆட்கொண்டு, பரவசப்படுத்தி, திகைக்க வைப்பதாலேயே, அது குறித்து ஆழமாகச் சிந்திக்கவும் அழைக்கிறது.

எனவே, செயற்கை நுண்ணறிவு என்ற தொழில்நுட்பத்தால், நம் வாழ்க்கையில் புதிய திசை நோக்கி நாம் பயணிக்கத் துவங்கியிருக்கிறோம் என்பதே உண்மை.

என்றாலும், இந்தத் தொழில்நுட்பத்தால் 'எதிர்கால உலகம் உழைப்பில்லா உலகமாக மாறிவிடும்', 'இன்று எது உழைப்பு என நம்பப்படுகிறதோ, அதைத் தலைகீழாக்கும் உலகம் உருவாகிவிடும்' என்றெல்லாம் வாக்குறுதிகள் தரப்படுகின்றனவல்லவா?

இந்த வாக்குறுதிகள் யாவும் உண்மையான வாக்குறுதிகளா? வெற்று வாக்குறுதிகளா? அல்லது 'ஏ.ஐ.,' தொழில்நுட்பம் குறித்த அறியாமையின் பிதற்றலா?

இதுபோன்ற கேள்விகளுக்கெல்லாம், காலம்தான் பதிலுரைக்க வேண்டும். என்றாலும், 'ஏ.ஐ.,' விடுத்திருக்கும் சவாலான, புதிரான இந்த வாழ்வியல் திருப்பத்தில், 'மனித உழைப்பு என்றால் என்ன? மனித உழைப்பைக் குறித்து உண்மையிலேயே நமக்கு என்ன தெரியும்? உழைப்பு குறித்து இதுவரை நமக்கு என்ன கற்றுக் கொடுக்கப்பட்டுள்ளது?' என்பவை குறித்த தேடல் இப்போது அவசியமாகிறது.

மேலும், செயற்கை நுண்ணறிவு வாயிலாக விளையக் காத்திருக்கிற 'உழைப்பே இல்லாத உலகம் எப்படி இருக்கும்?' என, நாம் கற்பனை செய்யத் தொடங்கும் முன், 'உழைப்பு என்பது

என்ன?' அதன் வரலாறு என்ன? என்பவற்றைக் குறித்து சிந்திக்க வேண்டிய அவசியமும் இப்போது எழுந்துள்ளது.

ஏனென்றால், உழைப்பு குறித்து எதிர்கால சந்ததியினர் நம்மிடம் எழுப்பும் வினாக்களுக்கு சரியான பதிலைக் கூற வேண்டியது நம் கடமை மட்டுமல்ல பொறுப்பும்கூட என்பதை உணர்ந்ததாலேயே, இந்தப் புத்தகத்தை எழுதியாகவேண்டும் என்ற உணர்வு எனக்குள் பிறந்தது.

மனித உழைப்பு குறித்து உரைக்கப்போகிற இந்தப் புத்தகத்தில், சில மனிதர்களின் உழைப்பும் என்னோடு இணைந்துள்ளது என்பதை இங்கே பகிரவேண்டியது என் கடமை.

2010ஆம் ஆண்டின் தொடக்கத்தில், இணையத்தில் எழுதத் தொடங்கியபோது, ஆரம்பப் பாடசாலை மாணவனாகத்தான் என் எழுத்துகள் இருந்தன.

எழுத்தாளர் சாரு நிவேதிதா அவர்களின் எழுத்துகள், அவர் தந்த ஊக்கம் என்னையும் படைப்பாளியாக்கியது.

உழைப்பு, வாசிப்பு, தொடர் முயற்சியால் 'காணாமல் போன தேசங்கள்', 'நிலமும் பொழுதும்', 'குன்றா வளம்', 'சகாக்கள்', 'மக்களாகிய நாம்', 'இடுக்கண் படினும்' ஆகிய ஆறு படைப்புகளை இதற்கு முன் எழுதி வெளியிட்டுள்ளேன். இதற்கு முழுமுதற் காரணமாகத் திகழும் சாரு நிவேதிதா அவர்களுக்கு என் மரியாதையும் வணக்கங்களும்!

2025-ஆம் ஆண்டில், எனக்கு வாய்த்த சிறந்த தருணங்களில் ஒன்று காந்தியவாதியும், வருமானத்துறை முன்னாள் அதிகாரியும், ஊடகவியலாளருமான திரு. பாஸ்கர் கிருஷ்ணமூர்த்தி அவர்களுடனான சந்திப்பு. என் முந்தைய ஆறு படைப்புகளையும் பல வட்டாரங்களுக்கு அறிமுகப்படுத்தியும், "மனித உழைப்பைப் பற்றி நீங்கள் எழுத வேண்டும்" என்று விதைபோட்டும், "உங்களால் முடியும்" என்று ஊக்கமளித்தும், இப்புத்தகத்தை எழுதத் தூண்டிய பாஸ்கர் கிருஷ்ணமூர்த்தி அவர்களுக்கு என் இதயபூர்வமான நன்றி.

மேலும், இந்தப் புத்தகத்தின் முதல் உருவாக்கத்தை வாசித்து, பிழை திருத்திய திருமதி சசிகலா அவர்களுக்கும், 'எடிட்டிங்'

திறனால் புத்தகத்தின் வாக்கியங்களை மெருகேற்றிய நண்பர் பாலமுருகன் செந்தூர்பாண்டியன் அவர்களுக்கும், புத்தகம் அச்சிற்குச் செல்லும் முன், இறுதி வடிவத்தில் பிழை திருத்திய ‘சூரியகதிர்’ நண்பர் ஸ்ரீதர் அவர்களுக்கும் என் உளப்பூர்வமான நன்றிகள்.

இந்தப் புத்தகத்தை எழுதத் தொடங்கும் முன்னரே, “நிர்மல், அடுத்த படைப்போட தலைப்பு என்ன?” என, அக்கறையுடன் கேட்டு, ஒவ்வொரு கட்டத்திலும் துணையாக இருந்த ‘ஸீரோ டிகிரி’ பதிப்பகத்தின் ராம்ஜீ அவர்களுக்கும், திருமதி காயத்திரி அவர்களுக்கும், ‘ஸீரோ டிகிரி’ குழுவினருக்கும், அட்டைப் படத்தை தனித் திறனால் அழகிய கலைப்படைப்பாக உருவாக்கித் தந்த தம்பி நெகிழன் அவர்களுக்கும் என் மனமார்ந்த நன்றிகள்.

இந்தப் புத்தகத்தில் மனித உழைப்பின் கதையை, அதன் வரலாற்றை, அதன் முக்கியத்துவத்தை, அதைப் பற்றிய நமது புரிதலை எந்தவித ஆரவாரமுமின்றி, போலித்தனமின்றி, வழிபாட்டு உணர்வின்றி, புகழ்பாடுதலின்றிச் சொல்ல விரும்புகிறேன்.

அடுத்தடுத்து நீங்கள் புரட்டப்போகும் பக்கங்களிலிருந்து, மானுட உழைப்பு குறித்த வரலாற்றை, ஒரு மாலை நேரத்து தேநீர் பருகல் உரையாடலாகச் சுவைப்போம் வாருங்கள்!

உழைப்பை உணர்தல் எளிதல்ல

மனித உழைப்பு சிக்கலானது. அதை அளப்பது அல்லது மதிப்பிடுவது என்பது மிகச் சிக்கலானது. ஒரு குட்டிக் கதை வாயிலாக இந்தச் சிக்கலைப் புரிந்துகொள்வோம்.

ஓர் உணவகத்தின் சமையலறையில், மட்டன் பிரியாணி சமைத்துக்கொண்டிருந்தார் சமையல்காரர். அந்த அறைக்கு வெளியே, தெருவில் நடந்து வந்த ஓர் ஏழை 'மட்டன் பிரியாணி'யின் வாசனையை பரமானந்தமாக நுகர்ந்துகொண்டிருந்தான்.

இதைக் கண்ட அந்தச் சமையல்காரர், "நான் சமைக்கும் பிரியாணியின் வாசனையை நீ நுகர்ந்தாய் அல்லவா? எனவே அதற்கு ஈடாகப் பணம் கொடு!" என்று சண்டையிட்டார்.

ஏழை மனிதனுக்கோ ஒன்றும் புரியவில்லை. "நான் எங்கே நுகர்ந்தேன்? அதுவாக என் மூக்கிற்குள் சென்றது. அதற்கு நான் என்ன செய்ய முடியும்?" என்றான்.

"அதெல்லாம் முடியாது. நான் சமைத்த உணவின் வாசனையை நீ திருடிவிட்டாய். எனவே, அதற்கு ஈடாகப் பணம் தர வேண்டும்."

"வாசனையை எப்படி நான் திருட முடியும்? அப்படியே திருடிவிட்டதாக வைத்துக்கொண்டாலும், உங்களுக்குத் தர, என்னிடம் பணம் இல்லையே!" என்றான் அந்த ஏழை.

வாக்குவாதம் முற்றியதால், இருவரும் நீதிமன்றம் செல்ல வேண்டிய சூழல் உருவானது.

அங்கே, இருவரின் கருத்துகளையும் கேட்ட நீதிபதி, ஏழையிடம் சில நாணயங்களைக் கொடுத்து, "அந்தச் சமையல்காரரின் காதுகளுக்கு அருகில் இந்த நாணயங்களைக் குலுக்கு" என்றார்.

ஏழையும் அப்படியே செய்தான். சமையற்காரனின் செவிக்கருகே, நாணயங்கள் 'கல கல' என சத்தமிட்டன.

இப்போது, சமையல்காரரைப் பார்த்து, "உன் உணவின் வாசனைக்கு ஈடாக, நாணயங்களின் சத்தத்தை எடுத்துக்கொள்" என்று தீர்ப்பளித்தார் அந்த நீதிபதி.

இந்தக் கதை, புத்திசாலித்தனமான, அறிவார்ந்த தீர்ப்பிற்கு உதாரணமாகச் சொல்லப்பட்டாலும், மனித உழைப்பின் மதிப்பையும், அதன் பலன்களையும் நியாயமாகப் பரிமாற்றம் செய்யும்போது எழுகிற உள்ளார்ந்த சிக்கலையும் நமக்கு எடுத்துக்காட்டுகிறது.

உணவின் வாசனை என்பது தொட்டு உணர முடியாதது. எனவே, அதற்குச் சரியான பணமதிப்பை நிர்ணயிக்க முடியாது.

இதுபோலவே ஒருவரின் உழைப்பைப் பணமாக்குவது, பொருளாக்குவது அல்லது அந்த உழைப்பிற்கு ஈடாக மற்றொரு உழைப்பைத் திருப்பித் தருவது, உழைப்பின் தன்மையை நிர்வகிப்பது என, உழைப்பின் மதிப்பை அளவிடுவதில் நம் மனித சமூகத்திற்கு ஏராளமான சவால்கள், சிக்கல்கள் உள்ளன.

இதற்குத் தீர்வாகத்தான், உழைப்பின் மதிப்பை கணக்கிடச் செய்ய அல்லது நம் உழைப்பிற்கான ஊதியத்தை நிர்ணயம் செய்ய, பணம் என்ற பொதுமையான அளவீடு உதவுகிறது.

ஒருவேளை பணம் என்பது இந்த உலகில் இல்லாதிருந்தால், அப்படியான உலகில் நாம் எப்படி உழைத்து வாழ முடியும் என சிந்தித்துப் பாருங்கள்.

குறிப்பாக, ஒருவர் செய்த உழைப்பிற்கு சம்பளமாக அதே அளவிலான, அதே தரத்திலான உழைப்பைத்தான் அவருக்கு நாம் திருப்பித் தர வேண்டியிருக்கும்.

எடுத்துக்காட்டாக, “நான் உனது வயல் நெல்லை அறுக்க வந்தேன். நீ என் வயல் நெல் அறுப்பிற்கு வரவேண்டும்.”

இது நேரடியான உழைப்புப் பரிமாற்றம்போலத் தோன்றினாலும், வயலின் அளவு, அறுக்கும் காலம், அன்றைய தினத்து வெப்பம், காற்று ஆகியவை வேறாக இருக்க வாய்ப்பு அதிகம். இரு வயல்களின் அமைப்பிடமும் வேறாக இருக்கும். எனவே, இதுபோன்ற உழைப்புப் பரிமாற்றத்தில், ஒருவரின் செயலுக்கு ஈடான செயலை மற்றொருவரால் மிகச் சரியாகத் திருப்பித் தந்துவிட முடியாது.

இதுபோல, “என் வயலை அறுக்க அரிவாள் செய்து தா. பதிலுக்கு நானும் உனக்கு அரிவாள் செய்து தருகிறேன்” என எல்லோராலும் சொல்லிவிட முடியாது. ஏனென்றால், அரிவாள் செய்வது தொழில்நுட்பம் சார்ந்த செயல். எல்லோராலும் எளிதாகச் செய்யமுடிகிற காரியம் அல்ல.

எனவே, ஒரே உழைப்பை அதே மதிப்பில் மீண்டும் திருப்பித் தருவது என்பது எல்லாச் சூழலிலும் செய்யமுடிகிற காரியம் அல்ல.

இப்படிச் சிக்கல்களாலும், முரண்களாலும் நிறைந்து காணப்பட்ட மனித உழைப்பை நிர்வகிக்க, மனிதர்களே சில முறைகளைக் கண்டுபிடித்து வைத்திருக்கிறார்கள். அந்த முறைகள் என்ன என்பதைக் குறித்துப் பேசுவதற்கு முன், ‘மனிதர்களின் உழைப்பு, பசியைப் போக்க மட்டும்தானா?’ என்பதையும் நாம் தெரிந்துகொள்வது அவசியமாகிறது.

பசி போக்க மட்டுமல்ல உழைப்பு

மனித உழைப்பு என்பது வெறும் வருமானத்திற்கான வழிமுறை மட்டுமல்ல. அது நமது ஆழ்மன உணர்வுகளையும், கனவுகளையும் பிரதிபலிக்கும் ஒரு கண்ணாடியாகும். இந்த உண்மையை வரலாறு, அறிவியல் மற்றும் கலை எனப் பல்வேறு கோணங்களில் நாம் புரிந்துகொள்ளலாம்.

இன்றைய உலகில் பணம், பதவி மற்றும் சொத்து ஆகியவற்றை மையப்படுத்தியே உழைப்பின் தன்மை பார்க்கப்படுகிறது. 'நன்றாகப் படி, நல்ல வேலையில் சேர்ந்து நிறையச் சம்பாதி' என, பணத்தை அடிப்படையாகக் கொண்ட இலக்குகளை வைத்தே பெரும்பாலும் நமக்குக் கற்றுக்கொடுக்கப்பட்டது. நாமும் நம் சந்ததியினருக்கு அப்படியே கற்றுக்கொடுக்கிறோம்.

ஆனால், நமது உழைப்பு வெறும் பொருளாதாரத் தேவைகளை மட்டும் பூர்த்தி செய்வதில்லை.

ஒரு பொறியாளர் புதிய தொழில்நுட்பத்தை வடிவமைக்கும்போது, அவர் தன் திறமையை வெளிப்படுத்தி, சமூகத்தில் தனக்கான அங்கீகாரத்தைத் தீர்மானிக்கிறார்.

ஒரு கலைஞர் தன் படைப்புகள் மூலம் தனது உணர்வுகளைப் பகிர்ந்துகொள்கிறார்.

ஓர் ஆசிரியர் மாணவர்களுக்குக் கல்வி அளிக்கும்போது, அவர் தன் வாழ்க்கைக்கு ஓர் அர்த்தத்தைக் கொடுக்கிறார். எனவே, உழைப்பு என்பது நமக்குக் கூலியை மட்டும் தருவதில்லை.

நாம் செய்யும் வேலைகள் மூலம்தான், நம் வாழ்க்கைக்குத் தேவையான சமூக உறவுகள், அன்பு, பாசம் மற்றும் மரியாதை ஆகியவற்றை நாம் பெறுகிறோம். நமது உள்ளத்து உணர்வுகளுக்கான ஒரு வடிகாலாக, நம்மை முழுமையான மனிதர்களாக மாற்றும் ஒரு வழி நம் உழைப்பு. உழைப்பின் ஆழமான நோக்கம், நம்மை ஒரு சிறந்த, மகிழ்ச்சியுடன் கூடிய அர்த்தமுள்ள வாழ்க்கைக்கு இட்டுச் செல்வதுதான்.

மனித உழைப்பு தனித்துவமானது

இந்த உலகில் நம்மோடு பல எண்ணற்ற உயிரினங்களும் வாழ்ந்துகொண்டிருக்கின்றன. ஒவ்வோர் உயிரினமும் தனக்கே உரிய தனித்துவமான வழிகளிலும், ஆற்றல்கள் வாயிலாகவும் தங்கள் வாழ்வைத் தக்கவைத்துக் கொள்கின்றன.

ஓரறிவு உயிரினங்களான தாவரங்கள், தங்கள் உணவுத் தேவைக்காக, ஓரிடத்திலிருந்து மற்றோர் இடத்திற்கு நகர்ந்து செல்வதில்லை. செடி, கொடி, மரங்களின் வேர்கள் மண்ணைப் பற்றிக்கொண்டு உறுதியாக நின்றாலும், அவற்றின் பச்சை இலைகள் ஒரு விசித்திரமான ஆற்றல் மூலமாக சூரிய ஒளியைப் பயன்படுத்தித் தங்களுக்குத் தேவையான உணவைத் தயாரித்துக்கொள்கின்றன. காற்றிலிருந்து 'கார்பன்டை ஆக்சைடு', நிலத்திலிருந்து தண்ணீர், வானிலிருந்து சூரிய ஒளி இவை மூன்றும் இணைந்து, ஒளிச் சேர்க்கை *(Photosynthesis)* என்னும் அற்புதமான நிகழ்வை நிகழ்த்துகின்றன. இது ஓரறிவு கொண்ட தாவர இனங்களின் மிக அழகான, அமைதியான உழைப்பு.

விலங்குகளின் வாழ்க்கைமுறையோ முற்றிலும் வேறுபட்டது. சிங்கம், புலி உள்ளிட்ட விலங்குகள், தங்களது உடல் வலிமையையும், இரையைப் பிடிப்பதற்கான பொறுமையையும் ஆயுதமாகக் கொண்டு தங்களுக்கான இரையை வேட்டையாடுகின்றன.

மெத்தப் படித்த பொறியாளர்களும் உருவாக்க முடியாத நுணுக்கமான வலையைப் பின்னும் சிறிய சிலந்தி, அந்த வலைப்பின்னலில் தனக்கான இரைக்காகக் காத்திருந்து, தன் வயிற்றுக்கு உகந்த இரை அந்த வலையில் மாட்டியதும், அந்த இரையைப் பிடித்து உண்கிறது.

சூழலுக்கு ஏற்றவாறு தன் உடல் நிறத்தையும், வடிவத்தையும் மாற்றிக்கொள்கிற, உருமறைப்பு செய்துகொள்ளும் திறன் கொண்ட உயிரினங்கள் பல உண்டு.

விஷத்தை மற்றோர் உயிரினத்தின் மீது பாய்ச்சி, இரையாக உண்ணும் உயிரினங்களும் உண்டு.

கண்ணுக்குத் தெரியாத பாக்டீரியாக்கள்கூட, தங்களுக்குத் தேவையானதை வேட்டையாடுகின்றன அல்லது உணவாகத் தகவமைத்துக்கொள்கின்றன.

இதுபோல், ஆழ்கடலுக்குள் இருக்கும் ஒவ்வோர் உயிரினமும், தான் உயிர் வாழத் தனித்துவ ஆற்றலைக் கொண்டுள்ளன.

சுருக்கமாகச் சொன்னால், இந்த உலகில் உள்ள அத்தனை உயிரினங்களும் தங்கள் இருப்புக்காக *(Existence)* விடாமுயற்சியுடன் ஏதோ ஒரு வழியில் தொடர்ந்து உழைத்துக்கொண்டே இருக்கின்றன.

ஆனால், மனிதர்களாகிய நமக்கு மரங்களைப் போல இயற்கையின் வழியாக பச்சையம் *(Chlorophyll)* உருவாக்கும் ஆற்றல் இல்லை. எனவே, நம்மால் நமக்குத் தேவையான உணவை நாமே உற்பத்தி செய்துகொள்ள முடியாது. மேலும், மற்ற விலங்குகளை ஒப்பிடுகையில், மனித இனத்தின் உடல் வலிமை குறைவு. புலியின் வேகத்திற்கு நம்மால் ஈடுகொடுக்க இயலாது. விஷம், உருமறைப்பு போன்ற கூர்மையான தனித்திறன் எதுவும் நம்மிடம் இல்லை. அல்லது மிகக் குறைந்த அளவிலேயே உள்ளன. ஆனாலும், உயிர்வாழ நாமும் வேட்டையாட வேண்டும். நமக்கான உணவை உற்பத்தியும் செய்ய வேண்டும்.

ஆக, மனிதர்களாகிய நம்மால் மரங்களைப் போல உணவை உற்பத்தி செய்ய முடியாது. விலங்குகளைப் போல உடல் பலத்தால் வேட்டையாடி உண்ணும் ஆற்றலும் நம்மிடம் இல்லை. என்றாலும், நம்மிடம் உள்ள வேறு சில தனித்துவமான திறன்களால், சுவாரஸ்யமாக உயிர்பிழைத்து வாழ்கிறோம்.

குறிப்பாக, சிந்திக்கும் ஆற்றல் மற்றும் பகுத்தாயும் திறன் *(Cognition and Reason)* நம்முடைய ஆகப் பெரும் தனித்திறன்களாக உள்ளன. சிக்கலான பிரச்னைகளைத் தீர்க்கவும், திட்டமிடவும், கருவிகளை உருவாக்கவும், தகவல்களைப் பகுப்பாய்வு செய்யவும் நமது மூளையின் செயல்பாடு அளப்பரிய வகையில் உதவுகிறது.

பகுத்தாய்தல் மட்டுமின்றி கதை புனையும் திறமையும் நமது தனித்துவமான ஆற்றலெனச் சொல்ல முடியும்.

ஏனென்றால், வேறு எந்த உயிரினங்களும் மனிதர்களைப் போன்று கதைகள் புனைவதில்லை. புனையப்பட்ட கதைகளை நம்புவதுமில்லை. கதைகள் தரும் நம்பிக்கைகளை மையமாக வைத்து, கூட்டமாகவோ, குழுவாகவோ இணைவதுமில்லை.

மேலும், மனிதர்களிடமுள்ள மற்றொரு தனித்துவ திறன் இணைந்து செயலாற்றுதல்.

அதாவது, ஒரு செயலுக்காக அல்லது நோக்கத்திற்காக சக மனிதர்களுடன் ஒன்றாக இணைந்து செயல்படும் இந்தத் தனித்துவ திறனே நம்மைக் காட்டிலும் பல மடங்கு உடல் வலிமையுள்ள உயிரினங்களை அடிமைப்படுத்தி, நம் தேவைக்கேற்ப அந்த உயிரினங்களை ஆள வைக்கிறது.

மனிதர்கள் தனித்தனியாகச் செயல்படுவதை விட, குழுக்களாக இணைந்து செயல்படுவதன் மூலமாகவே பெரும் சாதனைகளையும் நிகழ்த்துகிறார்கள். இந்தச் சாதனை வேட்டையாடுதல், விவசாயம் செய்தல், நகரங்களை உருவாக்கல் என, பல திசைகளில் பிரதிபலிக்கிறது.

எனவே, மனிதர்களால் மற்ற மனிதர்களோடு இணைந்து உழைத்தால் மட்டுமே பிழைத்து வாழ முடியும் என்கிற இந்தச் சூழல்தான் மனித உழைப்பை பிற உயிரிகளிடமிருந்து தனித்துவமாக்குகிறது. ஆனால், இந்தக் கூட்டுழைப்பை பெரும்பாலும் நம்மால் உணர முடிவதில்லை என்பதே உண்மை.

கூட்டுழைப்பாகட்டும், தனித்த உழைப்பாகட்டும், அது தினந்தோறும் நிகழ்ந்துகொண்டே இருக்கிறது, நிகழ்த்தப்பட்டுக் கொண்டே இருக்கிறது. மேலும், உழைப்பு என்பது நமது கண்களுக்கு முன் மிக வெளிப்படையாகத் தெரிந்தாலும், அதன்

முழுமையான அம்சங்களை அறிந்துகொள்வது இப்போதுவரை கடினமாகவே உள்ளது என்பதும் குறிப்பிடத்தக்கது.

காரணம், மனித உழைப்பு என்பது ஒன்றுக்கொன்று தொடர்புள்ள வலை அமைப்பு. மனித சமூகத்தில் 'வேலை' என்பது ஒரு தனி நபரின் செயல் அல்ல. அந்த வேலையை 'யார் செய்தார், யாருடன் செய்தார், யாருக்காகச் செய்தார், எதற்காகச் செய்தார், எங்கிருந்து செய்தார், எங்கே செய்தார்' போன்ற பன்முகத் தன்மைகளை உள்ளடக்கியதே மனித உழைப்பு.

அதே வேளையில் உழைப்பைக் கொடுத்தல், - மற்றவர்களிடமிருந்து உழைப்பைப் பெறுதல் என்பது, இங்கே சிக்கலான செயல்பாடாகவும் உள்ளது.

உழைப்பைச் செய்பவர் யார்?

உழைப்பு எதை வைத்துச் செயல்படுத்தப்படுகிறது?

எதன் மீது அந்த உழைப்பு நடைபெறுகிறது?

உழைப்பு எதனால் நடக்கிறது?

உழைப்பு யாருடன் நடக்கிறது?

உழைப்பு யாருக்காக நடக்கிறது?

உழைப்பு எதற்காக நடக்கிறது?

உழைப்பு எந்த நிலையிலிருந்து எதை மாற்றுகிறது?

உழைப்பின் உரிமை யாருக்கு?

உழைப்பு எங்கு நடக்கிறது?

உழைப்பு எப்போது நடக்கிறது?

இப்படி எழுகிற பல்வேறு கேள்விகளுக்கான பதில்களின் கூட்டுத் தொகுப்புதான் ஒவ்வோர் உழைப்பிற்குள்ளும் இருக்கிற பல அடுக்குகளை நமக்கு எடுத்துக்காட்டுகின்றன. உழைப்பிற்குள் இருக்கும் இந்த அடுக்குகளைப் பட்டியலிட வேறு ஏதாவது தனி 'அறிவு' கொண்டு கற்றுக்கொள்ள வேண்டியதில்லை. தமிழ் இலக்கணத்தில் 'வேற்றுமை உருபுகள்' என்று எட்டாம் வகுப்பிலேயே நாம் படித்த அந்தச் சிறு பகுதி இருக்கிறது -

அந்த உருபுகளின் எல்லா வகைக்கும் வாக்கிய உதாரணங்களை எழுதிப் பார்த்தால், இத்தனை கேள்விகளும் நம்மிடம் தானாக எழுந்துவிடும்.

உழைப்பு தினம்தோறும் நம்மைச் சுற்றி நடந்துகொண்டே இருக்கிறது. நம் கண்களுக்கு முன் வெளிப்படையாகத் தெரிந்தாலும், உழைப்பின் முழு அம்சங்களைப் புரிந்துகொள்வது எளிதல்ல. மனித உழைப்பு என்பது ஒன்றோடு ஒன்றாகப் பின்னப்பட்ட வலை அமைப்பு. மனித சமூகத்தில் 'வேலை' என்பது ஒரு மனிதரின் தனித்த செயல் அல்ல; ஒவ்வொருவரின் உழைப்பும் இன்னொருவரின் உழைப்புடன் நிச்சயமாக இணைந்திருக்கிறது.

உழைப்புப் பரிமாற்றம்

"ஒரு விவசாயியின் உழைப்பு உணவாகிறது; அதை நாம் பெற்றுக்கொள்ளும்போது, அதற்கு ஈடாக நமது உழைப்பை வேறு வடிவத்தில் வழங்குகிறோம். இந்த 'உழைப்புப் பரிமாற்றம்'தான் மனித சமூகத்தைத் தொடர்ந்து இயங்க வைத்துக்கொண்டிருக்கிறது.

ஆனால், இந்த உழைப்புப் பரிமாற்றம் எப்போதும் நியாயமாக இருப்பதில்லை. நாம் கொடுக்கும் உழைப்பும், அதற்காக நாம் பெறும் பலனும் சமமாக இருந்தால் மகிழ்ச்சியாக இருக்கலாம். ஆனால், அதிக உழைப்பைக் கொடுத்து குறைந்த பலனையோ, அல்லது குறைவான உழைப்பைக் கொடுத்து அதிக பலனையோ பெறும் நிலை ஏற்படும்போதுதான் சிக்கல்கள் தொடங்குகின்றன.

இந்த உழைப்புப் பரிமாற்றத்தை சார்பற்றதாக நிர்வகிக்கவும், நடு நிலைமையைப் பேணவும், இவற்றில் உருவாகும் சிக்கலைத் தீர்க்கவும் நாம் நமக்காகச் சில சமூகக் கட்டமைப்புகளை உருவாக்கி வைத்திருக்கிறோம். அவை பல்வேறு வடிவங்களில் உள்ளன.

இந்தச் சிக்கல்களைக் கட்டுப்படுத்தவும், நியாயத்தைப் பேணவும் ஆரம்ப காலத்து மனித சமூகம் சில அமைப்புகளை உருவாக்கியது. மனித உழைப்பின் கொடுக்கல் -வாங்கலை, அதாவது உழைப்புப் பரிமாற்றத்தை, நிர்வகிப்பதற்கும், கட்டுப்படுத்துவதற்கும், ஒழுங்குபடுத்துவதற்கும் உருவாக்கப்பட்ட சமூகக் கட்டமைப்புகள்,

நிறுவனங்கள் மற்றும் வழிமுறைகளையே நாம் 'அமைப்புகள்' என்கிறோம். இந்த அமைப்புகள் பல்வேறு வடிவங்களில் உள்ளன:

பொருளாதார அமைப்புகள்:

★ சந்தைகள்: உழைப்பின் பலனைப் பொருளாக மாற்றி, அதை வாங்க- விற்க எளிதாக்கிய இடம்.

★ வங்கிகள்: உழைப்பின் பலன்களைச் சேமித்து, கடன் கொடுத்து, எதிர்கால உழைப்பை முன்னதாகவே பயன்படுத்தும் வழியை உருவாக்கிய நிதி அமைப்பு.

★ நிறுவனங்கள்: பலர் சேர்ந்து கூட்டுமுயற்சியாக உழைப்பை ஒருங்கிணைத்து, பெரிய இலக்குகளை அடைய உதவும் ஒழுங்கமைப்பு.

★ முதலாளித்துவம்: தனிநபர் சொத்துரிமை மற்றும் மூலதனச் சொத்து (Capital) அடிப்படையில் உழைப்பை ஒருங்கிணைத்து, லாபத்தை முன்னிலைப்படுத்தும் பொருளாதார முறை.

★ சோசலிசம்: சமூகத்தின் பொது நலனை முன்னிலைப்படுத்தி, உழைப்பின் பலனை அனைவருக்கும் சமமாகப் பகிர்ந்து கொள்ளும் நோக்கில் உருவான பொருளாதார முறை.

★ பணம்: உழைப்பிற்கான பரிமாற்றத்தை எளிதாக்க கண்டுபிடிக்கப்பட்ட ஒரு முறை,

★ நாடு: மக்கள் தங்களின் உழைப்பின் ஒரு பகுதியை வரியாக அளித்து, அந்த நிலத்திற்குள் வாழும் அனைவரின் பொது நலனுக்காகச் செய்யப்படும் ஒழுங்கமைப்பு.

★ அரசாங்கம்: மக்கள் அளிக்கும் உழைப்பின் ஒரு பகுதியை (வரி, சேவை) ஒருங்கிணைத்து, அதைப் பொதுநலத்திற்குப் பயன்படுத்தும் அமைப்பு.

★ சட்டங்கள்: உழைப்பின் உரிமை, வேலை நிபந்தனைகள், சம்பளம், பாதுகாப்பு போன்றவற்றை வரையறுக்கும் விதிகள்.

★ நீதித்துறை: உழைப்பில் ஏற்படும் சிக்கல்கள், சுரண்டல், உரிமை மீறல் போன்றவற்றுக்கு நியாயம் வழங்கும் அமைப்பு.

★ சமூக மற்றும் கலாச்சார அமைப்புகள்: மதம், சாதி, மரபுகள்,

சமூகப் படிநிலைகள். இவை மறைமுகமாகவோ அல்லது வெளிப்படையாகவோ யார் எந்த வேலையைச் செய்ய வேண்டும், எந்த உழைப்புக்கு என்ன மதிப்பு, யார் யாருக்குக் கட்டுப்பட வேண்டும் என்பதைத் தீர்மானிக்கின்றன.

★ தொழில்நுட்ப அமைப்புகள்: தற்போது வளர்ந்துவரும் செயற்கை நுண்ணறிவு (AI), 'ஆட்டோமேஷன்' (இயந்திரமயமாக்கல்) போன்றவை உழைப்புப் பரிமாற்றத்தின் தன்மையையும், நியாயத்தையும் பெரிய அளவில் மாற்றியமைக்கின்றன.

மேற்கண்ட அமைப்புகள் உழைப்புப் பரிமாற்றத்தை ஒரு குறிப்பிட்ட ஒழுங்கிற்குள் கொண்டுவர உதவினாலும், அவை மனிதர்களின் அதிகாரம், சுயநலம், மற்றும் கட்டுப்பாட்டால் சிதைந்துபோகும் வாய்ப்புகளும் அதிகம்.

மனித உழைப்பு என்பது வெறும் பொருளாதாரம் சார்ந்த ஒரு பரிமாற்றத்தை மட்டுமல்ல. அது ஆழமான சமூக, கலாச்சார, மற்றும் உணர்வுபூர்வமான பரிமாணங்களைக் கொண்டது. உழைப்பு என்பது வெறும் வேலை அல்ல. அது மனிதர்களுக்கு இடையேயான ஒரு புனிதமான ஒப்பந்தம். இந்தப் பரிமாற்றத்தை நேர்மையாகவும், நடுநிலையாகவும், நீதியுடனும் நடத்த வேண்டியது அவசியம்.

இந்த ஒப்பந்தம் சிதைந்தால், அதன் விளைவுகள் தனிப்பட்ட வாழ்க்கையை மட்டுமல்லாது ஒட்டுமொத்த சமூக அமைப்பையும் பெரிதும் பாதிக்கும்.

அதனால்தான், மனித உழைப்பைப் பற்றிய நமது புரிதல் வெகு ஆழமாக இருக்க வேண்டும். மேலும், அதிகக் கவனத்துடன் உழைப்பை நிர்வகிக்க வேண்டும். இது குறித்தே நானும் நீங்களும் இந்தப் புத்தகத்தில் உரையாடப்போகிறோம்.

நம் உழைப்பைக் குறித்து சிந்தனை செய்வதற்காக, 'எழுதுதல்' என்ற உழைப்பை நான் கொடுத்துள்ளேன். பதிலாக 'வாசித்தல்' என்ற உழைப்பை நீங்கள் தரப்போகிறீர்கள். எனவே இந்த புத்தக வாசிப்பே உழைப்புப் பரிமாற்றம்தான்.

இந்த அடிப்படைப் புரிதலுடன், உழைப்பின் அடுத்தகட்ட பரிமாணங்களை நாம் ஆராயலாம்.

பகுதி 2

உழைப்புப் பரிமாற்ற வரலாறு

வரலாற்றை யார் எழுதுகிறார்கள், அதை யாரார் எப்படி வாசிக்கிறார்கள் என்பதற்கேற்ப அதன் வடிவம் எப்போதும் மாறிக் கொண்டேதான் இருக்கும். 'அரசர்கள் வந்தார்கள், வென்றார்கள், பேரரசுகள் எழுந்தன, வீழ்ந்தன' என்று கூறப்படும் ஒவ்வொரு வரலாற்றுக்கும் இணையாக, மனிதர்களுடைய உழைப்பின் வரலாறும் மனிதர்களாகிய நம்மால் வாசிக்கப்பட வேண்டும்.

இந்த அத்தியாயத்தில், மனித உழைப்பின் வரலாற்றை மிகச் சுருக்கமாகவும், அதே வேளையில் அதன் துடிப்பை இழக்காமலும் நாம் பார்க்கப்போகிறோம்.

வாருங்கள், மனித உழைப்பைக் குறித்து உரையாடப்போகும் இந்த வாசிப்புப் பயணத்தை உற்சாகத்தோடு தொடர்ந்திட உங்களை வரவேற்கிறேன்.

உழைப்பின் ஆதிச் சுவடுகள்

திருவள்ளூர் மாவட்டத்தில், அதிரம்பாக்கம் எனும் இடத்தில் கண்டெடுக்கப்பட்ட கற்கோடாரிகள், தமிழ் மண்ணில் மனித உழைப்பின் ஆதிப் புள்ளியைத் தொடுகின்றன.

கொற்றலை எனும் கொசஸ்தலை ஆறு, ஆந்திர மாநிலத்தின் கிருஷ்ணாபுரத்தில் தோன்றி, தமிழகத்தின் வேலூர் மாவட்டம் வழியாக திருவள்ளூர் மாவட்டத்தை வந்தடைந்து, அங்குள்ள பூண்டி நீர்த்தேக்கத்தில் தஞ்சமடைந்து, நிரம்பி வழிந்தபின், அதன் உபரி நீர் வங்கக் கடலில் கலக்கிறது.

இந்தக் கொசஸ்தலை ஆற்றின் கரையோரம்தான், அதிரம்பாக்கம் உள்ளது. இந்த அதிரம்பாக்கத்தில் வாழ்ந்த தொல் ஆதி மனிதர்கள் சுமார் 3 லட்சம் ஆண்டுகளுக்கு முன்னரே கல்லினால் செய்யப்பட்ட கருவிகளைச் செய்து பயன்படுத்தியுள்ளனர். “இரு கால்களில் நிமிர்ந்து நடந்த ‘ஹோமோ எரக்டஸ்’ (*(Homo Erectus)* அல்லது ஆதி ‘ஹோமோ சேபியன்ஸ்’ *(Homo Sapiens)* போன்ற மனித இனத்தினர் இந்தக் கற்கருவிகளை உருவாக்கியிருக்கலாம்” என ஆய்வாளர்கள் கருதுகின்றனர்.

இங்கு கற்கோடாரிகள் மட்டுமல்ல, கல்லினால் செய்யப்பட்ட நூற்றுக்கணக்கானன கற்கருவிகளும் கிடைத்துள்ளன என்பது

இதன் தனிச்சிறப்பு. அதனால்தான், அறிஞர்கள் இதை 'தி கிரேட் மெட்ராஸ் ஸ்டோன் ஃபேக்டரி' என்று அழைக்கிறார்கள்.

இப்படியான கற்கருவிகளைச் செய்ய, உடல் உழைப்புடன் போதிய அறிவாற்றலும் தேவை. அத்துடன், அக்கருவிகளை தொடர்ந்து பயன்படுத்தவும், பாதுகாக்கவும் அறிவாற்றல் வேண்டும்.

மனித உழைப்பின் மகத்துவம் குறித்து, இந்தக் கற்கருவிகள் பல வரலாற்றுச் செய்திகளை நமக்குச் சொல்கின்றன.

இக்கருவிகளைச் செய்ய, ஆதி மனிதர்கள் மலைப் பகுதிகளில் அலைந்து, அதற்கேற்ற பொருத்தமான கற்களைத் தேடி எடுத்து, அவற்றைச் சிரமப்பட்டுக் கூர்மையாக்கி, கோடாரி, சிறு கத்தி போன்ற ஆயுதங்களாக மாற்றியிருக்கிறார்கள். தொல்லியல் ஆய்வுகள் மூலமாகக் கிடைத்த இந்தச் சான்றுகள், அவர்களின் அபாரமான உழைப்புத் திறனையும், சவாலான சூழலில் உயிர்வாழத் தேவையான அறிவையும், திறனையும் அவர்கள் பெற்றிருந்தார்கள் என்பதை நமக்கு உணர்த்துகிறது.

சிறு கூட்டங்களாக வாழ்ந்த இந்த ஆதி மனிதர்கள், தங்கள் அடிப்படைத் தேவைகளுக்காக, காட்டிற்குள் சென்று வேட்டையாடியும், பழங்கள், கொட்டைகள், கிழங்குகள் போன்றவற்றைச் சேகரித்தும்தான் வாழ்ந்திருக்க முடியும்.

அவர்கள் உருவாக்கிய இந்தக் கற்கருவிகள் பசி போக்குவதற்கான உணவுத் தேடலுக்கும், தங்களைப் பாதுகாத்துக்கொள்வதற்கும், அன்றாட வாழ்க்கையை எதிர்கொள்வதற்கும் இன்றியமையாத உயிர்வாழ்தல் ஆயுதங்களாக அன்றைய நாளில் இருந்திருக்கும்.

வயல், தோட்டம், தொழிற்சாலை போன்ற இன்றைய உழைப்பிடங்கள்போல் அன்றைய காலகட்டத்தில் கிடையாது. இக்கருவிகளைச் செய்வதற்காக அந்த ஆதி மனிதர்கள் உழைத்த உழைப்பு என்பது 'கூட்டு உயிர்வாழ்தல் முயற்சி'.

உணவுத் தேடுதல், தங்குமிடம் அமைத்தல், கொடிய விலங்குகளிடமிருந்து பாதுகாத்துக்கொள்ளுதல் மற்றும் குழந்தைகளைப் பராமரித்தல் போன்ற அத்தியாவசியத் தேவைகளுக்கான உழைப்பு இது.

தமிழ் நிலப்பரப்பில் கண்டெடுக்கப்பட்ட கற்கோடாரிகள் முதல் உலகின் பிற பகுதிகளில் காணப்படும் தொல்லியல் ஆதாரங்கள் வரை, அனைத்துவகை ஆதாரங்களும் ஒருமித்து உணர்த்தும் உண்மை இதுதான்.

ஆதிகால மனிதர்களின் பிழைத்தல், வாழ்தல், வயிற்றுப் பசி போக்கல், பாதுகாப்பாக இருத்தல் போன்ற அடிப்படையான தேவைகளுக்காகப் போராடிய போராட்டமே இந்த ஆதிமனிதர்களின் உழைப்பு.

கற்கால ஓவியங்கள் சொல்லும் கதைகள்

கற்கால மனிதர்கள் என்றாலே, 'அவர்கள் வயிற்றுப் பசியைப் போக்குவதற்காக மிருகங்களைப் போல அலைந்து திரிந்தவர்கள்; எதையும் கண்டால் பயப்படுபவர்கள் அல்லது சண்டையிடுபவர்கள்; உயிரினங்களைக் கண்டால் அடித்து உண்ண வேண்டும் என்ற வெறிகொண்டவர்கள். மிருகத்தனமான, பிழைப்புக்கு மட்டுமே உழைத்தவர்கள்' என்ற பிம்பம்தான் நம் மனதில் ஆழமாகப் பதிந்திருக்கிறது.

ஆனால், தொல்லியல் ஆராய்ச்சி வாயிலாக உலகெங்கும் கிடைத்துள்ள குகை ஓவியங்கள் இந்தச் சித்தரிப்பை முற்றிலுமாகத் தகர்த்து, கற்கால மனிதர்களின் உள்ளுணர்வுகளையும், கற்பனைத் திறனையும், சிக்கலான மண வாழ்க்கையையும் நமக்கு வெளிப்படுத்துகின்றன.

எழுத்து தோன்றாத காலத்திலேயே, கற்கால மனிதர்கள் குகைப் பாறைகளைத் தங்கள் கலைத் தளமாக மாற்றியுள்ளனர். இப்படி வரையப்பட்ட பாறை ஓவியங்கள் *(Petrographs)* மற்றும் கல் செதுக்கல்கள் *(petroglyphs)* வெறும் சுவர்க் கீறல்கள் அல்ல; அவை வயிற்றுப் பிழைப்புக்கு அப்பாலான சிந்தனை கொண்டு வாழ்ந்த, நம்மைப் போன்ற மனிதர்களின் தடயங்கள். தமிழ்நாட்டு நிலப்பரப்பிலும் இத்தகைய குகை ஓவியங்கள் ஏராளமாக கண்டறியப்பட்டுள்ளன.

அதன்படி, இதுவரை கண்டறியப்பட்டுள்ள 500-க்கும் மேற்பட்ட குகை ஓவியத் தளங்களில், மனிதர்களின் உள் உடல் அமைப்பை வெளிப்படுத்தும் 'X-' ஊடுகதிர் பாணி ஓவியங்கள், மான்கள், புலிகள், மீன்கள் உள்ளிட்ட பல விலங்குகளின் அழகிய சித்திரங்கள், வானத்தில் தெரியும் சூரியன், சந்திரன், நட்சத்திரங்கள் போன்ற விண்வெளி அடையாளங்கள் மற்றும் கூட்டமாக வேட்டையாடும் காட்சிகள் ஆகியவை காணப்படுகின்றன. இவை அனைத்தும் 'அவர்கள் உலகைக் கூர்ந்து நோக்கினார்கள், அதைப் புரிந்து கொண்டார்கள், அதைக் கலை வடிவில் பதிவு செய்தார்கள்' என்பதை நமக்கு உணர்த்துகின்றன.

இதில் சில ஓவியங்களில் முகமூடி அணிந்த மனித உருவங்கள் தோன்றுகின்றன. இவை இன்று நமக்கு ஆச்சர்யத்தையும் அச்சத்தையும் ஏற்படுத்தினாலும், அக்காலத்தில் இவை பெரும்பாலும் சமூக அல்லது ஆன்மிக முக்கியத்துவம் வாய்ந்தவையாக இருந்திருக்கலாம். மேலும், சடங்குகள், நம்பிக்கைகள், அல்லது வழிபாட்டு முறைகளின் ஒரு பகுதியாகவும் அந்த ஓவியங்கள் வரையப்பட்டிருக்கலாம்.

இதன் மூலம், கற்கால மனிதன், 'நான் யார்?', 'இந்த உலகத்தில் எனக்கான இடம் என்ன?', 'நாம் எப்படி ஒருவரோடு ஒருவர் தொடர்புகொள்கிறோம்?' என, இதுபோன்ற ஆழமான கேள்விகளை எதிர்கொண்டிருப்பதை அறியமுடிகிறது.

எனவே, 'வாழ்தல் என்பது வெறும் உணவுத் தேடுதல் மட்டுமல்ல, அதையும் தாண்டிய சிந்தனையின் வெளிப்பாடு' என்ற உணர்வும் அன்றைய ஆதி மனிதர்களிடம் நிரம்ப இருந்துள்ளது.

மேலும், கற்கால மனிதர்களின் வாழ்க்கை நிச்சயமற்ற வாழ்க்கையாகவும் இருந்தது. அவர்களுடைய வாழ்க்கையில் மின்சாரம் இல்லை, மருந்துகள் இல்லை, தடுப்பூசிகள் இல்லை, அரசாங்கங்கள் இல்லை. கடினமான சூழலிலும் ஆதி மனிதர்கள் வெறுமனே பிழைப்புக்காக மட்டும் உழைக்கவில்லை. அவர்கள் குழுவாக வாழ்ந்தார்கள், சுற்றுச்சூழலைப் புரிந்துகொண்டார்கள், தங்கள் அனுபவங்களையும் கற்பனைகளையும் ஓவியங்களாகப் பதிவு செய்தார்கள்.

பசிக்கு அப்பால் தன் வாழ்வை பயனுள்ளதாக்குதல், ஆன்மிகம், படைப்பாற்றல் போன்ற உள்ளத்தின் தேவைகள் இருந்ததையும்

அந்த வாழ்க்கை முறை வெளிப்படுத்துகிறது. ஏனெனில், ஒரு வேட்டைக் காட்சியை அல்லது நட்சத்திரங்கள் நிறைந்த வானத்தை அவர்கள் ஏன் வரைய வேண்டும்? காரணம், அவர்கள் அழகை ரசித்தார்கள், நினைவுகளைப் பாதுகாக்க விரும்பினார்கள், தங்கள் அனுபவங்களை மற்றவர்களுடன் பகிர்ந்து கொள்ள ஆசைப்பட்டார்கள் என்பதை அது உணர்த்துகிறது.

இன்றைய மனிதர்களால் எட்டித் தொட முடியாத உயரத்திலும் அந்தக் காலத்தில் குகை ஓவியங்கள் வரையப்பட்டுள்ளன. எனவே, அவை வெறு பொழுதுபோக்கிற்காக வரையப்பட்டதல்ல. அதை வரைய பெரும் உழைப்பு தேவைப்பட்டிருக்கும், பல மனிதர்களின் உதவிகள் பெறப்பட்டிருக்கும். எனவே உணவுத் தேடலையும் தாண்டி அன்றைய மனித உழைப்பு இருந்துள்ளது என்பதை நாம் உணர வேண்டும்.

பெருங்கற்காலத்து மனித உழைப்பு

ஒருவரின் தனிப்பட்ட முயற்சியால் எதுவும் சாத்தியமல்ல; எல்லாமே கூட்டுழைப்பின் வெளிப்பாடுதான். அதற்கான ஆதாரத்தை இன்றும் நம்மால் காண முடியும். மனித இனம் தோன்றிய பின், வரலாறு முழுவதும் நாம் கூட்டாக உழைத்தே, ஒவ்வொரு நிலையாக பரிணமித்து வந்துள்ளோம் என்பதை அறிய பெருங்கற்காலம் *(Megalithic Period)* எனப்படும் ஒரு பழங்காலத்தை நோக்கிச் செல்வோம்.

'Megalithic' என்றால் 'பெரிய கல்' எனப் பொருள். பெரிய கற்கள் கொண்டு தங்களுக்குத் தேவையான பொருட்களைத் தயார்செய்யக்கூடிய ஆற்றலை மனிதர்கள் அடைந்த காலமே பெருங்கற்காலம் ஆகும்.

இந்தப் பெருங்கற்காலம் உலகின் ஒவ்வொரு நிலப்பகுதியிலும் வெவ்வேறு காலத்தில் துவங்கி முடிவதாக ஆய்வுகள் உரைக்கின்றன. தமிழ் நிலப்பரப்பில் இது கி,மு., 1000 முதல் கி.பி., 200 வரை நீடித்ததாகக் கூறப்படுகிறது. இக்காலத்தில் உருவான நினைவுச் சின்னங்கள் அன்று வாழ்ந்த மனிதர்களின் வாழ்க்கையை, சடங்குகளை, மனப்பாங்குகளைப் பற்றிய செய்திகளை இன்று நமக்குச் சொல்லிக்கொண்டிருக்கின்றன.

கி,மு., 1000 முதல் கி.பி., 200 வரையிலான பெருங்கற்காலத்தில் மனிதர்களின் ஒத்துழைப்பால் உருவாக்கிய பல பெருங்கற்கல்

அமைப்புகள் நமக்கு இன்று காணக் கிடைக்கின்றன. கற்பதுக்கை *(Cist)*, கற்கிடை *(Dolmen)*, பரல் உயர் பதுக்கை / கற்குவை *(Cairn / Cairn Circle)*, தொப்பிக்கல் *(Hood Stone)*, குடைக்கல் *(Umbrella Stone)*, நெடுநிலை நடுகல் *(Menhir)* என, பலவிதங்களில் அழைக்கப்படும் பெருங்கற்காலச் சின்னங்கள் தமிழ் நிலப்பரப்பில் நிறைய கண்டெடுக்கப்பட்டுள்ளன.

அந்தச் சின்னங்கள் யாவும் பெரும்பாலும் இறந்தவர்களின் நினைவாக எழுப்பப்பட்ட கல்லறைகளே. அதாவது, கற்களால் செய்யப்பட்ட அறை. இறந்தவர்களைப் புதைக்கும் புதைவிடத்தைக் குறிக்க இன்றும் நாம் பயன்படுத்தும் சொல்கூட 'கல்லறை'தான்.

இச்சொல்போல வேறு மொழிகளில் உள்ளதா எனத் தெரியவில்லை. *'Cemetery'* என்பது *'Koimeterion'* எனப்படுகிற 'உறங்கும் இடம்' என்று பொருள் தரும் கிரேக்கச் சொல்லிலிருந்து உருவானது. *'Grave'* என்பது 'குழி'எனப்படும் பழமையான ஜெர்மானியச் சொல்லிலிருந்து வந்ததாக அறியப்படுகிறது. ஆனால், தமிழில் நாம் இன்றும் நீத்தார் உறைவிடத்தை 'கல்லறை' என்றே அழைக்கிறோம்.

இது இறந்தவர்களைப் புதைத்து, அந்த உடலைச் சுற்றி, வட்ட வடிவில் கற்களை நட்டு வைத்து, அடையாளப்படுத்தி நினைவுகூரும் முறை.

இந்த முறையில், கற்களை அடுக்கி வைப்பதில் சில மாறுபாடுகள் காணப்பட்டாலும், அனைவரும் பெரிய கற்களைக் கொண்டே உருவாக்கியிருக்கிறார்கள் என்பது பொதுவான அமைப்பு முறையாக உள்ளது.

பல டன் எடையுள்ள பாறைகளை மலைக் குன்றுகளில் இருந்து வெட்டி, நூற்றுக்கணக்கான கிலோமீட்டர்கள் தூரம் உருட்டியும் இழுத்தும் வந்து இதை உருவாக்கியுள்ளார்கள். இவ்வாறு பெருங்கற்கள் தூக்கும் தொழில்நுட்பம் மட்டுமல்ல, காலத்தை அளவிடும் அறிவும், முன்னோட்டத் திட்டமிடலும் அன்றைய பெருங்கற்காலத்து ஆதி மனிதர்களுக்குத் தேவைப்பட்டது.

இப்படி பெருங்கற்களால் அவர்கள் அமைத்த இடம் வழிபாட்டு இடமாக இருந்திருக்கக்கூடும். 'என் அம்மாவின் கல் வட்டம் இது. என் அய்யனின் கல் வட்டம் அது' என,

ஏதாவது ஒரு குடும்பத்தாரால் உருவாக்கப்பட்டு, பின்னர் வந்த அக்குடும்பத்தாரின் சந்ததிகளாலும் அந்த இடம் பாதுகாக்கப்பட்டு, கொண்டாடப்பட்டு, பின்னர் காலப்போக்கில் 'இது எங்கள் அம்மன், இது எங்கள் அய்யனார்' என வழிபட்டிருக்கக்கூடும். இதெல்லாம் வெறும் யூகங்களே.

சரி, நமக்கு அது முக்கியமல்ல. நமக்குத் தெரியவேண்டியது இப்படியான பெரிய கற்களை மலை மேடுகளிலிருந்து அகற்றி, தங்கள் இடத்திற்கு எப்படிக் கொண்டுவந்தார்கள் என்பதுதான்.

ஏனென்றால், பல டன் எடையுள்ள பெருங்கற்களைக் கொண்டு வந்து ஒரே இடத்தில் அமைப்பது ஒருவரால் சாத்தியமில்லை. ஒரு குடும்பத்தினரால் கூட முடியாத காரியம் இது. அதுமட்டுமல்லாமல் மேலும் வியப்பை ஏற்படுத்துவது என்னவென்றால், பெருங்கற்காலத்தில், அதாவது கி.மு., 5000 முதல் கி.பி., 200 வரையிலான பெருங்கற்காலத்தில் சேர, சோழ, பாண்டியர் என்ற முடியரசுகளும் தமிழ் நிலப்பரப்பில் அப்போது உருவாகவில்லை. ஆங்காங்கே சிறிய பெரிய அளவிலான குடிகளாகவே அக்கால மக்கள் வாழ்ந்துள்ளனர்.

அந்த ஆதி குடிகளுக்கிடையே பரஸ்பர புரிதல், ஒத்துழைப்பு, உதவி ஆகிய பண்புகள் இருந்துள்ளன. அதனால்தான் ஒருவருக்கொருவர் துணை நின்று, நினைவுச் சின்னங்கள் போன்ற சடங்குச் செயல்களை நம்பிக்கையுடனும் மரியாதையுடனும் செய்திருக்கிறார்கள். அதாவது பலர் கூடி ஒரு பெரும் காரியத்தை, உழைப்பைச் செலுத்தியுள்ளார்கள்.

நாம் பேசிக்கொண்டிருக்கும் உழைப்பு எனும் பொருளைத் தாண்டிய ஒரு சிந்தனையை இந்த இடத்தில் பகிர்ந்துகொள்வது அவசியம்.

தமிழில் 'கல்' என்றால் 'பாறைக் கற்கள்' எனப் பொருள் படும். அதேபோல் 'கல்' என்றால் கல்வி / கற்றல் என்றும் பொருள். இப்படியான பெருங்கற்களை, மனிதர்கள் தங்களின் கூட்டுழைப்பால் பெயர்த்து எடுத்துக்கொண்டு வந்து நிலைநிறுத்தும் தொழில்நுட்பம்தான் மனிதர்கள் கற்றுக்கொண்ட முதல் பாடமாகவும், மற்றவர்களுக்குக் கற்றுக்கொடுத்த முதல் திறனாகவும் இருந்திருக்கும்.

உணவுத் தேவைக்காக கற்றதைத் தாண்டி, மனிதர்கள் கற்ற முதல் கல்வியும் இதுவாகத்தான் இருந்திருக்கும்.

சரி, நாம் 'உழைப்பு' குறித்த உரையாடலைத் தொடர்வோம்.

பெருங்கற்கால ஆதி மனிதர்கள் ஒன்றுசேர்ந்து, ஒன்று கூடி, தங்களின் கடின உழைப்பால், கூட்டுமுயற்சியால் உருவாக்கிய இத்தகைய நினைவுச் சின்னங்களைச் சுற்றி அவர்கள் திருவிழா நடத்தியிருக்கலாம். அந்தத் திருவிழாக்கள் களைகட்ட விருந்தோம்பல், பலியிடல், சன்னம் ஆடுதல் போன்ற நிகழ்வுகளையும் இடம்பெறச் செய்திருக்கலாம். பிற குடிகளை அழைத்து, அவர்களுக்கு மரியாதை செய்து, உறவுகளை வலுப்படுத்தியிருக்கலாம். இதில் நட்பு, பகை, வாக்குவாதம், இணக்கம் பாராட்டுதல் போன்ற சமூக நடவடிக்கைகளும் நடந்தேறியிருக்கலாம்.

மேலும், இவற்றை நிகழ்த்த, இவர்களுக்குள் பேசிப் பரிமாறிக்கொள்ள, பொதுவான ஒரு மொழி உருவாகி, பரிணமித்திருக்கலாம்.

இந்தப் பெருங்கற்காலத்தில் வாழ்ந்த இந்த மனிதர்களே, தொல் தமிழ் செவ்விய சமூகமான சங்க இலக்கியக் கால சமூகத்திற்கு அடித்தளம் அமைத்துள்ளனர்" என்பது வரலாற்று அறிஞர்களின் கூற்று.

ஆக, நீத்தார் வழிபாடு போன்ற நம்பிக்கையைக் கூட்டு நம்பிக்கையாகக் கொண்டு, அந்தப் பொது நம்பிக்கைகளின்பால் கூட்டமாகக் கூடி, ஒன்றாக இணைந்து, உழைத்து, பொது சமூகமாக ஒன்றிணையும் திறன் என்பது மனிதர்களின் இயல்பான திறன் என்றே நாம் புரிந்துகொள்ள வேண்டியிருக்கிறது.

பல டன் எடையுள்ள பெருங்கற்களை நகர்த்திய பெருங்கற்கால மனிதர்களின் கூட்டுழைப்பு, அந்த இனத்தை அடுத்த கட்டத்திற்கு நகர்த்தியது; ஒருவரை நினைவுகூர உருவான கல்லறை, ஒரு சமூகத்தை உயர்த்தியது. பெருங்கற்கால கல் பதுக்கைகள்- தமிழ் தொல்குடிகளின் கூட்டுழைப்பிற்கான அடையாளம்.

கூட்டுழைப்பு உருவாக்கிய 'உழைப்பின்' புதிய பரிணாமம்

தேனீக்கள் கூட கூட்டாகவே உழைக்கின்றன. மலை முகடுகளில் தேன்கூடு அமைக்கின்றன. ஒவ்வொரு மலராகச் சென்று தேன் சேகரித்து வாழ்கின்றன. ஆனால், இவற்றின் கூட்டுழைப்பு புதிய பரிணாம வளர்ச்சிக்கு இட்டுச் செல்லவில்லை. ஆதி காலம் தொட்டு இன்றுவரை அதே தேன் எடுத்தல் தொழிலைத்தான் தேனீக்கள் செய்துவருகின்றன. ஆனால், மனிதர்கள் அப்படியல்ல. அவர்களின் கூட்டுழைப்பு அவனது சமூகத்தையும் அவனது வாழ்வு முறைகளையும் புதிய வகையில் பரிணமிக்கச் செய்துள்ளது.

சிவகளை, ஆதிச்சநல்லூர் உட்பட தமிழகத்தின் பல பகுதிகளில் கண்டெடுக்கப்பட்டுள்ள முதுமக்கள் தாழிகளும், அதற்குள் கிடைத்த பொருட்களும் நமக்கு அக்கால உழைப்பில் உள்ள பல கோணங்களைக் காட்டுகின்றன. இந்தத் தாழிகளில் உலோகங்களால் உருவாக்கப்பட்ட ஆயுதங்கள் கிடைத்துள்ளன. அதுவும் இரும்பு ஆயுதங்கள் கிடைத்துள்ளன. இப்படி மனிதர்கள் இரும்பைப் பயன்படுத்தத் தெரிந்த காலத்தை 'இரும்பு காலம்' என்கிறார்கள் அறிஞர்கள்.

பண்டைய காலத்தில், இரும்பின் பயன்பாடு குறித்த தொழில்நுட்பம் உலகில் வெவ்வேறு இடங்களில் வெவ்வேறாக இருந்திருக்கிறது. அதே வேளையில், சில பகுதி மக்கள் இரும்பைப் பற்றிய அறிவு இல்லாமலும் வாழ்ந்துள்ளார்கள் என்பதும் உண்மை. தமிழகத்தில் 2500 ஆண்டுகளுக்கு முன்பே இரும்பின்

பயன்பாடு இருந்துள்ளதாக ஆய்வுகள் சொல்கின்றன. இரும்பைப் பற்றிப் பேசுவது வெறும் தொன்மைப் பெருமைக்காக அல்ல. உலோகத்தைப் பயன்படுத்தும் திறன் சமூகத்தில் எப்படியான மாற்றங்களைக் கொண்டுவந்திருக்கிறது, குறிப்பாக மனித உழைப்பை எப்படிப் பரிணமிக்க வைத்திருக்கிறது என்பதைத்தான் இங்கு நாம் பார்க்கவேண்டும்.

தமிழகத்தில், தொல்லியல் ஆய்வுகள் மூலமாகக் கிடைத்த முதுமக்கள் தாழிகளிலிருந்து இரும்பு வாள்கள், நுணுக்கமான கத்திகள், நெல் மணிகள் போன்றவை கண்டெடுக்கப்பட்டுள்ளன. அவை, அக்கால மனிதர்களின் உழைப்பு புதிய வகையில் பரிணமித்திருப்பதைக் காட்டுகின்றன.

பெருங்கற்காலத்தில், மண்ணோடு மட்டுமே வாழப் பழகியிருந்த மனிதன், இரும்புக் காலத்தில் உலோகங்களை உருக்கி, வடிவமைத்து, நுட்பமாகச் சிந்தித்துச் செயல்படக் கற்றுக்கொண்டுள்ளான் என்பதை இதன் வாயிலாக அறிந்துகொள்ளலாம்.

இந்த இரும்பை மையப்படுத்தியே புதிய தொழில்கள் தோன்றின. 'கொல்லன்' எனப்படும் உலோகக் கலைஞர்கள் முக்கியத் தொழிலாளராக மாறினர். இரும்பை உருக்கி அதிலிருந்து கருவிகள் உருவாக்க வேண்டிய செயல்முறை தனிச்சிறப்புடன், 'கொல்லன்', 'தச்சன்' உள்ளிட்ட திறமைகள் தனித்தொழில்களாக உருவானது.

இப்படியான 'கொல்லன்', 'தச்சன்' வேலைகள், இரும்பைப் பற்றிய அறிவு இல்லாத காலத்தில் சாத்தியமாகியிருக்காது.

மேலும், இரும்பின் பயன்பாடு அன்றைய வேளாண்மை முறையில் புதிய புரட்சியை உருவாக்கியிருக்கும். காடுகளை அழித்துத் திருத்தும் வேலையை இரும்பின் பயன்பாடு சற்று எளிதாக்கியிருக்கலாம். அல்லது அதிகமான காடுகளைத் திருத்த முடிகின்ற நிலை உருவாகியிருக்கலாம். புதிய நிலங்களை இரும்பினால் செய்யப்பட்ட கருவிகளின் துணையோடு, நெல் வயல்களாக மாற்ற முடிந்திருக்கும். இது உணவு உற்பத்தியைப் பெருக்கியிருக்கும். தான் உண்டது போக மீதம் வைக்கும் அளவிற்கு நெல்மணிகளை உற்பத்தி செய்திருக்க வேண்டும்; அப்படி இல்லையெனில் இறந்தவர்களோடு நெல் மணிகளைச் சேர்த்துப் புதைத்திருக்கும் வாய்ப்புக் குறைவு.

இப்படியாக புதிய வேலை வாய்ப்பு, அதிகம் உழைக்கும் திறன், குறைவான மனிதர்களை வைத்து கருவிகளின் துணைகொண்டு அதிகம் உழைக்கும் ஆற்றல், மற்றும் உழைப்பு நிர்வகிக்கப்பட்டு வந்த முறைகளிலும் இரும்பின் பயன்பாடு பலவித மாற்றங்களைக் கொண்டுவந்திருக்குமல்லவா?

சான்றாக, ஒரு வேலையை கற்கோடாரிகளை வைத்து வேலை செய்ய அதுவரை ஐம்பது நபர்கள் தேவைப்பட்ட இடத்தில், இரும்பு கடப்பாரையை வைத்து அதே வேலையைச் செய்ய அதைவிடக் குறைவானவர்களே தேவைப்பட்டிருப்பார்கள்.

மேலும், இரும்புக் கருவிகளை உருவாக்கவும், செப்பனிடவும் புதிய வேலை வாய்ப்புகள் உருவாக்கப்பட்டிருக்கும். இது சமூக உறவுகளை மாற்றி அமைத்திருக்கும். இதையெல்லாம் விட, திறன் சார்ந்த தொழில்களும் உருவாகியிருக்கும், அந்தத் தொழிலே ஒருவரின் தனித்துவ அடையாளமாக மாறவும் வழிசெய்திருக்கும்.

இரும்பு காலத்தில் மனிதர்களின் கலைத்திறன் உழைப்புக்கு மற்றொரு முக்கியமான சான்றாக மண் தாழிகள் உள்ளன. இவை அவர்களிடமிருந்த தொழில்நுட்பத் திறமையின் உச்சநிலையைச் சுட்டிக்காட்டுகின்றன.

குறிப்பாக, மண்ணின் தன்மையை அறிந்து, அதைப் பக்குவப்படுத்தி, நீரில் கரைத்து, வடிகட்டியால் தரம் பிரித்து, அப்படிப் பிரிக்கப்பட்ட மண்ணை மீண்டும் காய வைத்து, நன்றாக உலர்ந்த பின், அதனுடன் தேவையான நீரைக் கலந்து, சரியான அளவில் பிசைந்து, கெட்டிப் பதமாக்கி, தேவைக்கேற்ப அதை வடிவமைத்து, மடித்து, உலர்த்தி, நெருப்பில் சுட்டு, இறுதி நிலைக்குக் கொண்டுவருவது அத்தனை எளிதல்ல. இது ஒரு கலை. அதுவும் மறைந்துபோனவர்களின் நினைவாகச் செய்யப்படும் கலையாக இருந்திருக்கிறது.

மேலும், தொல்லியல் ஆய்வுகள் மூலமாகக் கண்டெடுக்கப்பட்ட எல்லா தாழிகளிலும் சிறிய அழகிய கலை வேலைப்பாடுகளும் உள்ளன. மான்கள், மயில்கள் உட்பட பல உயிரிகளின் உருவங்கள் தாழிகளின் வாய் விளிம்புகளில் ஓவியங்களாக நடனம் ஆடிக் கொண்டிருக்கின்றன. கூடவே, ஆதித் தமிழ் எழுத்துகளும் அந்தத் தாழிகளில் பதிக்கப்பட்டிருக்கின்றன.

இதன் வாயிலாக இரும்புக் காலத்து ஆதி மனிதர்களின் உழைப்பும், அனுபவமும், மரியாதையும், கலை நுண்ணுணர்வும் அந்தத் தாழிக்குள் இருப்பு செய்யப்பட்டிருப்பதை உணர முடிகிறது.

இப்படியாக இரும்பின் பயன்பாடு வந்த பின்னர், 'கொல்லன்', 'தச்சன்' எனும் தனித் தொழில் போல குயவன் எனும் தனித் தொழிலும் உருவாகியிருக்கும். ஒரு கட்டத்தில் நிலத்தை உழவும், சுமைகளை இழுக்கவும், வண்டிகளை இழுக்கவும் மாடுகளின் உழைப்பைப் பயன்படுத்தத் தொடங்கினான். அதைத் தொடர்ந்து, உழைப்பு என்பது மனிதனின் செயலாக மட்டுமின்றி இரும்பு ஆயுதங்களும் மற்ற உயிர்களின் கூட்டுச் செயலாகவும் பரிணமித்தது.

தமிழ்நாட்டின் சிவகளை, ஆதிச்சநல்லூர், கொடுமணல் ஆகிய இடங்களில் கிடைத்த இத்தகைய இரும்புக்காலத்தைய கண்டெடுப்புகள், ஆதி மனிதர்களின் வாழ்க்கை முறையில் நிகழ்ந்த முக்கியமான பரிணாமத்தைப் பதிவு செய்கின்றன.

இரும்பின் பயன்பாடு மனிதர்களிடையே பரவலான பின், பெருங்கற்காலத்தில் இருந்தது போல வெறும் உயிர் வாழ்வுக்கான நடவடிக்கையாக மட்டும் மனிதர்களின் உழைப்பு இருக்கவில்லை. மாறாக, சமூகத்திற்குப் பொதுவான செயல்பாடாகவும், தனித்த தொழிலாகவும் மனித உழைப்பு பரிணமிக்கத் தொடங்கி, புதிய வகையில் வளர்ச்சியடைந்துள்ளது.

மேலும், ஒருவரிடமுள்ள தனித்திறன் என்பது, அந்த நபரையோ அல்லது அவர் சார்ந்த குழுவையோ பொருளாதார ரீதியாகவும் அன்றைய சமூகத்தில் உயர்த்தியிருக்கலாம்.

இப்படியாக மனித உழைப்பு என்பது உண்பது, உணர்வது என்பதைத் தாண்டி, அது ஓர் அடையாளமாகவும் இரும்புக் காலத்தில் மெல்ல மெல்ல பரிணமித்திருக்கிறது.

"நான் டைரக்டர் பேசறேன், நான் டாக்டர் பேசறேன், நான் லாயர் பேசறேன்" என, இன்றும் நம்மில் பலர், தான் செய்கிற வேலையின் நிமித்தம் தங்களை அடையாளப் படுத்திக்கொள்கிறார்கள்தானே!

உழைப்பு – செல்வம் – அதிகாரம் – வளப்பெருக்கம்

நாம் ஏன் உழைக்கிறோம்? எதற்காக வேலைக்குச் செல்கிறோம்? என, இதுபோன்ற உழைப்பு சார்ந்த கேள்விகளுக்கு, 'உயிர் பிழைப்பதற்காக', 'என் அடையாளத்திற்காக' என்று எவரும் பதில் கூறுவதில்லை. அப்படிச் சொன்னாலும் அது மிக அரிதான பதிலாகவே இருக்கும்.

அதே வேளையில், 'பணம் சம்பாதிக்க, கார் வாங்க, வீடு வாங்க, உலகம் சுற்ற' என்பதே பெரும்பாலானோரின் பதிலாக இருக்கும். இதற்குக் காரணம், 'செல்வத்தை சேர்ப்பது' என்ற இலக்குடன்தான் நமது உழைப்பு நடைபெறுகிறது என்பதை ஊர்ஜிதப்படுத்துகிறது.

பொருளாதார வளம் மிகுந்த சமூகச் சூழ்நிலையில்தான், 'செல்வத்தைச் சேர்க்கும்' இலக்குடன் ஒருவரால் உழைக்க முடியும். காரணம், உயிர்பிழைத்தல், அடையாளம் குறித்த பதட்டமில்லாச் சூழல்கள் இதற்கு வித்திடுகின்றன.

போர்ச் சூழலில் ஒருவன் முதலில் தேடுவது பாதுகாப்பான பதுங்கு குழியாகத்தான் இருக்கும். ஏனெனில், அத்தகைய சூழலில் உயிர்பிழைத்தல் அவனுக்கான முதல் அவசியத் தேவையாக உள்ளது. உயிர்பிழைக்கப் பாதுகாப்பு கிடைத்தவுடன் உணவுத் தேடுதல் துவங்கும். அந்த உணவுத் தேடுதலும் நிறைவடைந்த பின், அடுத்தடுத்த கட்டங்களுக்கு மனித சிந்தனை நகர்ந்துசெல்கிறது.

இந்த சிந்தனையே ஒருவரை பணம் சேர்க்கவும், கலைஞனாக உருவெடுக்கவும், ஆராய்ச்சியாளனாகவும் மாற்றுகிறது.

இரண்டாயிரம் ஆண்டிற்கு முன்பே, 'பொருள் இல்லாருக்கு இவ்வுலகம் இல்லை' என, ஐயன் வள்ளுவன் பொருள் தேடுதலைப் பற்றிப் பெருமையாகக் கூறுகின்றார். பொருள் தேடுதல் அவசியமான செயல் என்றும் எடுத்துரைக்கின்றார். எனவே, பொருள் தேடுதல் சமீபத்திய வழக்கம் அல்ல. சங்க காலத்திலும் அப்படித்தான் இருந்திருக்க முடியும்.

தமிழின் சங்க இலக்கியங்கள் மூலம் நாம் அறிகின்ற அன்றைய ஆதி சமூகத்தின் வேலைகளையும் தொழில்களையும் இப்போது தெரிந்துகொள்ளும்போது வியப்பாக உள்ளது. சங்க இலக்கியங்களில் சொல்லப்படாத தொழில்களே இல்லையெனலாம். கடல், மலை, வயல் என இயற்கையின் அனைத்துக் கூறுகளையும் தன் உழைப்பால் மதிப்புமிக்க பொருளாக்கியிருக்கிறார்கள் நம் முன்னோர்கள். காட்டில் விளையும் தனித்துவமிக்க பொருட்களை வெளிநாடுகளுக்கு ஏற்றுமதி செய்திருக்கிறார்கள். இவை அனைத்தும் நடைபெற, அன்றைய மக்கள் பெரும் உழைப்பைச் செலுத்தியிருக்க வேண்டும்.

'மடி' எனும் சொல்பதம், சோம்பல்தனத்தை வெளிப்படையாகச் சாடுகிறது. வேலை என வந்துவிட்டால் பரத்தமையும் தொழிலாகப் பார்க்கப்படுகிறது. வீட்டை விட்டுத் தூரத்து தேசங்களுக்குச் சென்று உழைப்பதை, இந்தக் காலத்தில் ஏளனமாகவும் பரிதாபத்தோடும் பார்ப்பதற்கு மாற்றாக சங்கப் பாடல்கள் பொருள் தேடி வெளியூர், வெளிநாடுகளுக்குச் செல்வதை மிக இயல்பான செயலாகவே காட்டுகின்றன.

மேலும், அன்றைய காலத்திலும் தொழிற்கூடங்கள், எஃகு உலைகள் மிக உக்கிரமாகத் தொடர்ந்து இயங்கி, பொருட்களை உற்பத்தி செய்திருக்கும் என்பது சங்க இலக்கியங்கள் மூலமாகத் தெரிகிறது. இப்படி தொழில் வளம், வேளாண்மை வளம், செல்வம், வாணிபம் குறித்து நமக்குச் சங்கப் பாடல்கள் சொன்னதை கீழடி அகழ்வாய்வு நம் கண் முன்னே திறந்து காட்டிவிட்டது.

மேலும், கீழடியில் கிடைத்த பொருட்கள் ஆயிரம் செய்திகளை நமக்குச் சொல்கின்றன. தொல்லியல் ஆய்வுகள் மூலமாக அங்கு

கிடைக்கப்பெற்ற பழமையான கட்டடங்களின் சின்னங்கள், அகலமான சீரான செங்கற்கள் மூலம் அக்காலத்திலேயே கட்டடங்கள் கட்டப்பட்டுள்ளன என்பதை உரைக்கிறது.

தவிர, கீழடியில் கண்டெடுக்கப்பட்டுள்ள சுடுமண் குழாய்கள் நீர்ப்பாய்ச்சல் வசதிக்காக உருவாக்கப்பட்டுள்ளன என்பதையும், கழிவுநீரை அகற்ற நுட்பமான வடிகால் அமைப்புகள் அப்போதே இருந்துள்ளன என்பதையும் அறிஞர்கள் உறுதிசெய்துள்ளனர்.

மேலும், கடலுக்கடியிலிருந்து சங்குகள் எடுக்கப்பட்டு, அவை பதப்படுத்தப்பட்டு, சரிப்படுத்தப்பட்டு, அறுக்கப்பட்டு, கை வளையல்களாக மாற்றப்பட்டுள்ளன. நம்மூரில் கிடைக்காத பாசிகளை ஆப்கானிஸ்தான், குஜராத் பகுதிகளில் இருந்து வரவழைத்து பாசிமாலைகளாக உருவாக்கியுள்ளனர். கண்ணாடி மணிகளால் அழகிய ஆபரணங்களை உருவாக்கியுள்ளனர். வணிகப் பரிமாற்றங்களின் அடையாளமாக சுடுமண் முத்திரைகள், எடைக்கற்கள் பயன்படுத்தப்பட்டதையும் கீழடி ஆய்வுகள் வாயிலாக அறிய முடிகிறது. எழுத்தாணிகளும், தமிழ் எழுத்துகளுடைய மண்பானை ஓடுகளும் அன்றைய மனிதர்களின் கல்வி அறிவை வெளிச்சம் போட்டுக் காட்டுகின்றன.

'Mass Production' என்பதை வலியுறுத்தும் விதமாக, அதிக எண்ணிக்கைகளில் பொருட்களின் உற்பத்தி நடந்துள்ளது என்பதை கீழடியில் கிடைத்த பொருட்கள் சொல்கின்றன. தமிழ்நாட்டில் நகரங்கள் உருவானதும் இந்தக் காலம்தான்.

இன்று, அந்நிய முதலீடு என்ற வகையில் வெளிநாடுகளிலிருந்து பணத்தை முதலீடாகக் கொண்டு வருகிறார்கள் அல்லவா? அதேபோல் அன்றைய காலத்தில், ஐரோப்பாவிலிருந்து தங்கம் வாங்கி, அந்நிய முதலீடு குவிக்கப்பட்டுள்ளது.

இப்படியாக, அந்தக் காலகட்டத்திலும் மனிதர்கள் பல தொழில்களை நடத்தியிருக்கிறார்கள். அந்தத் தொழிலுக்குத் தேவையான தனித்திறன் கொண்ட வேலையாட்கள், உடல் உழைப்பை மட்டும் தரக்கூடியவர்கள், கணக்கு வழக்கு பார்க்கக் கூடியவர்கள், பொருட்களை எடுத்துச் சென்று சந்தையில் விற்கக் கூடியவர்கள் எனப் பலவிதமான திறன் கொண்டவர்கள் அன்றைய தொழிலுக்கும் தேவையாக இருந்திருப்பார்கள் அல்லவா?

பெருங்கற்காலத்தில் உணவுக்காகவே மேற்கொள்ளப்பட்ட வேளாண்மை தொழிலானது, இரும்புக் காலத்தில், விவசாய உற்பத்தியில் கூடுதல் விளைச்சலைப் பெற, உழைப்பை எளிதாக்க, உலோகங்களாலான கருவிகள், மாடுகள் பயன்படுத்தப்பட்டுள்ளன. இவர்கள், தங்கள் அறிவைக் கொண்டு இயற்கையைப் புரிந்து, காலத்தைக் கணித்து, வெயில் மழையை அறிந்து, உணவு உற்பத்திக்குச் செலவு செய்ய வேண்டிய மனித உழைப்பை வேறு தொழில்களிலும், நுண்கலைகளிலும் செலுத்தியிருக்கலாம்.

இப்படியான மனித ஆற்றலே 'சங்க காலம்' எனும் தமிழ் தொல் செவ்வியல் காலத்தை வளப்படுத்தியிருக்கிறது.

அக்கால மூன்று முடி வேந்தர்களும் பொருளாதார முன்னேற்றம், செல்வக் குவித்தலில் மிகுந்த ஈடுபாட்டை மேற்கொள்ளத் துவங்கினர். அவர்களால் ஆளப்பட்ட மக்களும், 'செல்வம் குவித்தல் தவறான செயல் அல்ல' என்பதைப் புரிந்து, தங்களுக்கான வாழ்க்கை முறைக்கு ஏற்ப, புதுப் புது வகையில் உற்பத்தியைப் பெருக்கியிருக்கிறார்கள். ஒவ்வொரு குடும்பத்தாரும், அவர்களின் செல்வ நிலையைப் பெருக்கியிருக்கிறார்கள். இப்படி 'செல்வம் குவித்தல்' என்ற இலக்கோடு வாழ்ந்த சங்க காலத்தில், அதிகமான முதலாளிகளும் உருவாகியிருக்கலாம்.

சங்க காலத்தில், தான் செய்யும் தொழில் அல்லது வணிகத்தைத் தங்களின் அடையாளமாக மனிதர்கள் மாற்றிக் கொண்டுள்ளனர். சங்கப் புலவர்கள் பலரும் தங்களின் வேலை அல்லது தொழிலைத் தங்களின் பெயர்களில் இணைத்துக்கொள்ளும் வழக்கமும் அப்போது இருந்துள்ளது. உழைக்கச் செல்வதைச் சங்ககாலத்தில் பாடப்பட்ட பல பாடல்கள் சாகசமாகவே பதிவு செய்கின்றன.

இப்படியாக, மனித உழைப்பு என்பது - உடல் உழைப்பாக, தொழிலாளராக, தொழில் செய்யும் முதலாளிகளாக, அறிவுசார் தொழில் செய்கிறவர்களாக, செல்வம் பெருக்கும் வாய்ப்பாக, சாகசமாக, அடையாளமாக மெல்ல மெல்ல மெருகேறிய நிலையை நம்மால் இங்கே உணர முடிகிறது.

கோயில்களின் எழுச்சி: ஒரு புதிய சமூக மையம்

சங்க காலம் முதல் பத்தாம் நூற்றாண்டு சோழர் காலம் வரை, 'உழைப்பின் பயன்களை நிர்வகிப்பது மற்றும் சமூக ஒழுங்கைப் பேணுவது எப்படி?' என்ற கேள்விக்கு, தமிழ்ச் சமூகம் அளித்த பதில் ஒரு வரலாற்றுச் சிறப்புமிக்க பயணமாகும். இந்த வரலாறு, அரசர்கள், கோயில்கள், மற்றும் மக்களின் உழைப்பு எனப் பல அடுக்குகளைக் கொண்ட ஒரு விரிவான சித்திரத்தை நமக்கு அளிக்கிறது.

சங்க காலத்தில், தமிழ்ச் சமூகத்தின் மையமாக இருந்தவர்கள் அரசர்கள். பாண்டியன், சேரன், சோழன் ஆகியோரின் ஆட்சி, உழைப்பின் பயன்களைப் பாதுகாப்பதற்கான ஓர் அமைப்பு முறையை உருவாக்கியது.

புறநானூற்றுப் பாடல்கள் ஒரு பாண்டிய மன்னனைப் புகழ்ந்து பாடும்போது, அவனது கொடைத் தன்மையை மட்டும் குறிப்பிடவில்லை; அறுவடை செய்யப்பட்ட தானியக் குவியல்களையும், பாயும் கள்ளையும், ஏராளமாகப் பலியிடப்பட்ட கால்நடைகளையும் விவரிக்கிறது. இதன் மூலம், அரசன் வெறும் போர் வீரனாக மட்டுமல்ல, உழைப்பின் விளைபயன்களைப் பாதுகாப்பவனாகவும் இருந்தான் என்பதை நாம் புரிந்துகொள்ளலாம்.

ரோமானியப் பெருங்கப்பல்கள் தமிழகத் துறைமுகங்களுக்கு வந்து, மிளகு, முத்து, நுண்ணிய ஆடைகள் ஆகியவற்றுக்கு ஈடாகத் தங்கத்தைப் கொட்டிக் குவித்த காலம் அது. இந்த வணிகத்தால் கிடைத்த பெரும் செல்வம், அரசர்களுக்குப் பொருளாதார வலிமையை அளித்தது. அதன் மூலம் அவர்கள் ஏரி, குளங்களை உருவாக்கி, நீர்ப்பாசனத்திற்கான வாய்க்கால்களையும் அமைத்தனர். வெளிநாடுகளுக்குச் சென்று பொருள் ஈட்டும்படி, வணிகர்கள் தடையின்றிப் பயணிக்க வழிவகை செய்தனர். வயல்களிலும் சந்தைகளிலும் ஏற்படும் தகராறுகளைத் தீர்த்து வைத்தனர்.

இந்த நிலை நிலையானதாக இருக்கவில்லை. அதிகாரத்தின் உச்சத்தை அடைந்துவிடத் துடித்ததால், அரசர்களுக்குள் போர்கள் மூண்டன. இந்த முடிவில்லாப் போர்கள் மற்றும் உள்நாட்டுச் சண்டைகள் சமூக அமைதியைச் சீர்குலைத்தன. கி.பி., மூன்றாம் நூற்றாண்டில் ரோமானியப் பேரரசு தன் உள்நாட்டுப் போர்களில் மூழ்கியபோது, அங்கிருந்து தமிழகத்திற்கு வரும் தங்கத்தின் வரத்து குறைந்தது. இதனால், தமிழக அரசர்கள் பொருளாதார நிலையையும், சமூக ஒழுங்கையும் தொடர்ந்து உறுதிசெய்ய முடியாத நிலை ஏற்பட்டது. இதையொட்டி, தமிழ்ச் சமூகத்தில் பல கேள்விகள் எழுந்தன.

★ விவசாயிகளின் விளைச்சலைப் பாதுகாப்பது யார்?

★ பஞ்ச காலத்தில் பசியைப் போக்க தானியக் கிடங்குகளை நிர்வகிப்பது யார்?

★ பயிர் செய்ய முடியாத காலத்தில் தானியத்தையும், தங்கத்தையும் கடனாகக் கொடுப்பது யார்?

★ சிற்றரசர்கள் சண்டையிடும்போது கிராமத்தில் அமைதியைக் காப்பது யார்?

★ போர்ச் சூழலால் செல்வம் வறண்டிருக்கும்போது, கைவினைஞர்கள், கலைஞர்கள், பாடகர்கள் உள்ளிட்டோருக்கு வேலை கொடுப்பது யார்? இப்படியான கேள்விகள்தான் தமிழ்ச் சமூகத்தின் எதிர்காலத்தைத் தீர்மானிக்கத் தொடங்கின.

இந்தச் சிக்கல்கள் தமிழ்நாட்டிற்கு மட்டும் தனிப்பட்டவை அல்ல. உலகெங்கிலும் உள்ள ஒவ்வொரு நாகரிகமும் இதற்கான தீர்வுகளைக் கண்டறிந்தன.

எகிப்தில் நைல் நதியின் வெள்ளப் பெருக்கைக் கட்டுப்படுத்த ஃபாரோக்களும் அவர்களின் கோயில்களும் பொறுப்பேற்றனர். மெசபடோமியாவில், ஜிகுராட்டுகள் *(Ziggurats)* வழிபாட்டுத் தலங்களாகவும், தானியக் கிடங்குகளாகவும் உருமாறின. சீனாவில், மன்னர்கள் நீர்ப்பாசனத் திட்டங்களையும், குடிமைப்பணி அமைப்புகளையும் உருவாக்கினர். ரோமிற்குப் பின் ஐரோப்பாவில் நிலப்பிரபுக்கள், விவசாயிகளைப் பாதுகாப்பதற்குப் பதிலாக அவர்களின் உழைப்பை நிர்வகிக்கும் உரிமையைக் கோரினர்.

சங்க காலத்திற்குப் பிறகு, தமிழகத்தில் அரசர்களின் அதிகாரம் குன்றியது. அப்போது, இந்தச் சவால்களுக்கு மாற்றாக ஒரு புதிய, வலிமையான அமைப்பை தமிழர்கள் தங்களுக்குத் தேடத் தொடங்கினர். அந்தத் தேடலுக்கான தீர்வை கோயில்கள் தந்தன.

இதனால், கோயில்களை வெறும் வழிபாட்டுத் தலங்களாக மட்டும் நிறுத்திவிடாமல், சமூகத்தின் அனைத்து அம்சங்களையும் நிர்வகிக்கும் நிறுவனங்களாக மாற்றிக்கொள்ள ஆரம்பித்தார்கள். நிலங்கள் கோயில்களுக்குத் தானமாக வழங்கப்பட்டன. இந்தக் கொடைகளால் கோயில்கள் மிகப்பெரிய நில உடைமை நிறுவனங்களாக வளர்ந்தன.

இந்தக் கோயில்கள் மூலம் பெரும் நிலக்கிழார்கள் ஒன்றிணைந்து தங்களையும், தங்கள் நலனையும், தங்களைச் சார்ந்தவர்களையும் பாதுகாத்துக்கொண்டார்கள். கிட்டதட்ட இன்றைய வங்கிகள் போல கோயில்களைப் பயன்படுத்திக் கொண்டார்கள். கோயில்களின் வருவாயைக் கொண்டு நீர்நிலைகளைப் பராமரித்து, விவசாயத்திற்குத் தேவையான நீரை உறுதி செய்து கொண்டார்கள். கோயில்களில் தானியக் கிடங்குகளை அமைத்து, அறுவடைக்காலத்தில் உபரி தானியத்தைச் சேமித்து, வறட்சி காலத்தில் மக்களுக்கு உதவி செய்தனர்.

மேலும், கோயில்கள் வங்கிகளைப் போலச் செயல்பட்டு, விவசாயிகளுக்கு விதை நெல்லையும், ஏழைகளுக்குத் தங்கத்தையும் கடனாகக் கொடுத்தன. கோயில் சபைகளும், ஊர் சபைகளும் இணைந்து கிராமங்களில் நீதி வழங்குவது, தகராறுகளைத் தீர்ப்பது போன்ற பொறுப்புகளை ஏற்றுக்கொண்டன. கைவினைஞர்கள், சிற்பிகள், இசைக்கலைஞர்கள், நடனக் கலைஞர்கள் (தேவரடியார்), கணக்கர்கள் எனப் பலதரப்பட்ட தொழிலாளர்களுக்கு கோயில்கள்

வேலைவாய்ப்பு அளித்து, விவசாயம் சாராத பொருளாதாரத்திற்கும் அடித்தளம் அமைத்தன.

இந்தக் கோயில் அடிப்படையிலான அமைப்பு, ராஜராஜ சோழனின் ஆட்சியில், தஞ்சாவூரில் உள்ள பிரம்மாண்டமான பெருவுடையார் கோயில் மூலம் அதன் உச்சத்தை அடைந்தது. இக்கோயில் ஒரு கல் கோபுரம் மட்டுமல்ல; உழைப்பு மேலாண்மையின் ஒரு மகத்தான நினைவுச்சின்னம். பெருங்கற்கால மனிதர்கள் கற்களை வெகுதூரம் புரட்ட உருவாக்கிய கூட்டுழைப்பின் நீட்சியாகவும் இக்கோயில் அமைந்தது.

தஞ்சை பெருவுடையார் கோயிலின் கல்வெட்டுகள், அக் கோயிலுக்கு ஒதுக்கப்பட்ட ஆயிரக்கணக்கான ஏக்கர் நிலங்கள், நூற்றுக்கணக்கான கிராமங்கள், ஆயிரக்கணக்கான தேவரடியார்கள், இசைக்கலைஞர்கள், பாதுகாவலர்கள், கணக்கர்கள் மற்றும் பூசாரிகளின் உழைப்பு பற்றிய விவரங்களைத் துல்லியமாகப் பதிவு செய்துள்ளன. ஒரே இடத்தில், மனித உழைப்பின் அனைத்து வடிவங்களையும் ஒருங்கிணைத்து, நிர்வகிக்கும் ஓர் அமைப்பாக இக்கோயில் விளங்கியது.

சமூக அமைப்பாக, தொழில் சார்ந்த பிரிவாக இருந்த சாதி இன்னும் மிகக் கூர்மைப்படுத்தப்பட்டு வடிவமைக்கப்பட்டது இந்தக் காலத்தில்தான். யார், எதை, எந்த அளவு செய்யலாம் என்பதை தீர்மானிக்கும் முறை நிர்வகிக்கப்பட்டதும் இந்தக் காலத்தில்தான்.

ஆனால், இந்த உச்சத்தின் நிழலிலேயே அதன் குறைபாடுகளும் வெளிப்படத் தொடங்கின. கோயில்கள் நிலங்களை ஒருங்கிணைத்தபோது, பல விவசாயிகள் தங்கள் நிலங்களை இழந்து குத்தகைதாரர்களாகவோ, நிலமற்ற தொழிலாளர்களாகவோ மாறினர். சிலர் கடனை அடைக்க முடியாமல் தங்களையும், தங்கள் குடும்பங்களையும் கோயில் அடிமைகளாக விற்றுக்கொண்டனர். கோவிலை நிர்வாகம் செய்தவர்களிடம் இருந்த மிதமிஞ்சிய அதிகாரம் மக்களின் உழைப்பைச் சுரண்டும் அதிகாரமாக மாறியது. உழைப்பு தொடர்ந்து நிர்வகிக்கப்பட்டது என்றாலும், அது மிகவும் இறுக்கமான, சமமற்ற ஓர் அமைப்பாக மாற மெல்ல மெல்ல ஆரம்பித்திருந்தது. ஒரு காலத்தில் நிலைத்தன்மையை அளித்த

அதே அமைப்பு, பிற்காலத்தில் சுரண்டலுக்கான, ஊழலுக்கான களமாகவும் மாறியது.

அரசர்கள் முதல் கோயில்கள் வரை, பாதுகாப்பு முதல் சுரண்டல் வரை விரிந்த இந்த வரலாற்றுப் பயணம், தமிழ்ச் சமூகத்தின் கதையை மட்டும் கூறவில்லை. கூடவே, உழைப்பையும் அதன் பயன்களை நிர்வாகம் செய்த வரலாற்றுக் கதைகளையும் நமக்குச் சொல்கிறது.

தொழிற்சாலையின் பிறப்பு

இதுவரையிலும் உலகம் கண்டிராத ஒரு 'புதிய இடம்' அது. இங்கிலாந்து நாட்டின் ஒரு சிற்றூர் அது. அங்கு சீறிப் பாய்ந்து ஓடிவரும் ஆற்றின் நீரோட்ட உதவியால் பிரம்மாண்டமான சக்கரம் சுழன்றுகொண்டிருந்தது. ஆற்றின் நீர் விசையின் உந்துதலால் ராட்சத இயந்திரங்கள் இயங்கின. இந்தியாவிலிருந்தும் அமெரிக்காவிலிருந்தும் கொண்டுவரப்பட்ட பஞ்சுப் பொதிகளைத் தரம் பிரித்து, மனிதர்கள் அந்த இயந்திரங்களுக்குள் செலுத்தினர். அந்த இயந்திரங்கள் இடைவிடாமல் இரைச்சலுடன் இயங்கிக்கொண்டே, பருத்திப் பஞ்சுகளை வலுவான, மெல்லிய நூலாக மாற்றிக்கொண்டிருந்தன.

அந்த இயந்திரங்களைக் கண்காணிப்பதும், அவை நிற்காமல் இயங்குவதை உறுதிசெய்வதும், கச்சாப் பொருட்களைப் புதிய உற்பத்திப் பொருளாக மாற்றுவதும் அங்கே பணிபுரிந்த சாதாரண மக்களின் வேலைகளாயிருந்தன. இவர்கள் தேர்ந்த கைவினைஞர்கள் அல்ல; மிகக் குறைந்த அல்லது எந்தப் பயிற்சியும் இல்லாத, தோட்டங்களிலும் பண்ணைகளிலும் வேலை பார்த்து வந்த விவசாயிகள்தான்.

"இந்த இடத்திற்கு நீ வந்தால், உனக்கு உழைக்க வாய்ப்பு கிடைக்கும்; அதற்குக் கூலியும் கிடைக்கும். ஆனால், வேலைக்குச் சரியான நேரத்திற்கு வரவேண்டும். வாரத்திற்கு ஒரே ஒரு

நாள் மட்டுமே விடுமுறை. இயந்திரங்கள் இடைவிடாது ஓடிக் கொண்டிருக்கும். அந்தப் பேரிரைச்சலுக்குள் நீ வேலை செய்ய வேண்டும்.”

இப்படியான இடங்களை நாம் இப்போது தொழிற்சாலை என்று அழைக்கிறோம். இந்தத் தொழிற்சாலை உருவான நாடு இங்கிலாந்து. காலம் 1771. இதை உருவாக்கியவர் இங்கிலாந்தைச் சேர்ந்த ரிச்சர்ட் ஆர்க்ரைட்.

இந்த ரிச்சர்ட் ஆர்க்ரைட்டை அந்தக் காலத்து ‘எலான் மஸ்க்’ என வைத்துக்கொள்ளலாம். அவரது இந்தத் தொழிற்சாலை முறை உலக வரலாற்றில் புத்தம் புதிய சிந்தனையாகக் கருதப்பட்டது. ஆர்க்ரைட் வெறும் இயந்திரங்களைக் கொண்டு வேலையை முடிக்கும் தொழில்நுட்ப அறிவை மட்டும் அறிமுகப்படுத்தவில்லை. அதனோடு இணைந்து புதிய உழைக்கும் முறையையும் அறிமுகம் செய்தார். அதுநாள்வரை இருந்த உழைப்பு முறைக்கு மாற்றாக, முற்றிலும் புதிய வகையில் மனித உழைப்பை ஒழுங்குபடுத்தினார். மேலும், மனித உழைப்பானது நிர்வகிக்கப்பட வேண்டிய ஒன்று என்ற அவசியத்தையும் உணர்ந்து, உழைப்பைப் புதிய வகையில் நெறிப்படுத்தினார்.

‘இனி மக்கள் தங்கள் சொந்த நேரத்தில் சொந்த வீட்டிலேயே இருந்து நூல் நூற்கத் தேவையில்லை. ராட்சத இயந்திரங்கள் இயங்கிக்கொண்டிருக்கும் வளாகத்திற்கு வரவேண்டும். அதுவும் பல தொழிலாளர்கள் ஒரே இடத்தில் கூடி, இயந்திரத்தின் வேகத்திற்கும், அதன் செயலுக்கும் ஏற்ப வேலை செய்ய வேண்டும்’ என்ற புதிய முறையை அவர் அறிமுகம் செய்தார்.

இதன் மூலம் மக்கள் சரியான நேரத்திற்கு வேலைக்கு வந்து, கடுமையான மேற்பார்வைக்கு ஆட்பட்டு, மிகக் கறாரான அட்டவணைகளைப் பின்பற்ற வேண்டியிருந்தது. இது வேளாண்மை காலத்து வேலை முறைக்கு நேர் எதிரான சூழலாக அமைந்தது. இந்த அமைப்பு நீண்ட வேலை நேரங்களையும், முழுமையான கீழ்ப்படிதலையும் கோரியது.

மேலும், வேலைக்குத் தாமதமாக வருதல், வேலையில் தவறுகளைச் செய்தல் உள்ளிட்ட செயல்கள் தவறாகக் கணக்கிடப்பட்டு, அந்தத் தவறுகளுக்கான தண்டனைகளும் வழங்கப்பட்டன. மனிதர்களின்

சிறிய கவனக்குறைவு இயந்திரங்களின் செயலைப் பாதித்தன. அதனால் புதிய வகையான கண்காணிப்புகள், கட்டுப்பாடுகள், பணியிடத் தகவல் பரிமாற்றங்களுக்கான தேவைகளும் உருவாகின.

இவ்வாறு, தொழிற்சாலை எனும் புதிய வகையான உழைக்கும் இடம் பிறந்தது. அங்கு வந்து உழைப்பவர்கள் 'தொழிலாளர்கள்' என்கிற ஒரு புதிய வகையான மனிதக் குழுவாக உருவானார்கள்.

தமிழகத்தில் வேளாண்மைக் காலத்தில் நில உடைமையாளர்கள் கோயில் அமைப்பைக் கொண்டு தங்கள் நில உரிமைகளை காத்துக்கொண்டார்கள். இவர்கள், தங்கள் நிலத்தில் விளைவதில் சிறு பகுதியைக் கோயிலுக்கு அளிப்பார்கள். எப்போதாவது இவர்களின் நில உடைமைக்கு அச்சுறுத்தல் வந்தால், அப்போது கோயிலைச் சார்ந்தவர்கள் நில உடைமையாளர்களுக்கு வேண்டிய பாதுகாப்பை அளிப்பார்கள்.

ஆனால், ஐரோப்பாவில் தனி மனிதர்களே நிலச் சுவான்தாரர்களாக இருந்தார்கள். இவர்கள் பண்ணைகள் வைத்திருப்பார்கள். அதில் 'செர்புகள்' எனும் நில உரிமையற்றவர்கள் வேலை செய்வார்கள். தங்களது எஜமானருக்கு ஏதேனும் போர் அச்சுறுத்தல் வரும்பொழுது, இந்த செர்புகள் களமிறங்கி சண்டை போடுவார்கள். எனவே, வேளாண்மைக் காலத்துப் பாதுகாப்பு முறையே தொழிற்சாலை எனும் புதிய அமைப்பு உருவான காலத்திலும் ஐரோப்பாவில் தொடர்ந்தது. அதாவது தனி மனிதர்களே தங்கள் செல்வத்தை முதலீடாக்கி, தொழிற்சாலைகளை தொடங்கினார்கள். அதை நிர்வகித்தார்கள். இவர்களே 'முதலாளிகள்' '*Capitalist*' என்று அழைக்கப்படுகிறார்கள்.

தொழிற்சாலை எனும் புதிய அமைப்பு வந்தபின், வேளாண்மை காலத்து உழைப்பு முறை மாற்றி அமைக்கப்பட்டது. அது எப்படி?

மாற்றங்களைக் கொண்டுவந்த தொழிற்சாலைகள்

*1771*ஆம் ஆண்டு ரிச்சர்ட் ஆர்க்ரைட் இங்கிலாந்தில் நிறுவிய தொழிற்சாலையானது, உலகின் உற்பத்தி முறையை மட்டுமல்லாமல், மனிதர்களின் வாழ்வியல் முறையையும் தலைகீழாகப் புரட்டிப் போட்டது. இதை அடுத்து நீராவி இயந்திரங்களின் கண்டுபிடிப்புகள் உற்பத்தி வேகத்தைப் பலமடங்கு அதிகரித்தன. பருத்தி ஆலைகள், நெசவுத் தொழிற்சாலைகள், இரும்பு மற்றும் எஃகு உற்பத்தி எனப் பல துறைகளிலும் இயந்திரமயமாக்கல் பரவியது. இதன் விளைவாக, பெரிய அளவில் பொருட்கள் தயாரிக்கப்பட்டு, அவற்றின் விலையும் குறைந்தது.

புதிய இயந்திரங்களின் வருகை விவசாய முறையிலும் மாற்றங்களைக் கொண்டுவந்தது. உழவு இயந்திரங்கள், நீர்ப்பாசனக் குழாய்கள் உள்ளிட்ட கருவிகள் விவசாய உற்பத்தியைப் பன்மடங்கு மேம்படுத்தியதால், பல விவசாயிகள் அவர்களின் பாரம்பரிய நிலங்களிலிருந்து வெளியேறி, நகரங்களில் தஞ்சமடைந்தனர். நகரங்களில் பெருகிவந்த தொழிற்சாலைகளே இந்த மக்களுக்கு வேலைவாய்ப்புகளை வழங்கின.

அதே வேளையில், இந்தப் புதிய முறை, பல சவால்களையும் மக்கள் முன் வைத்தது. இப்படியான தொழிற்சாலைகளில் வேலை செய்வதற்குப் புதிய வகையான திறன் அவசியப்பட்டது.

வேளாண்மைக் காலத்தில் கூட்டமாக வேலை செய்தாலும், குழுவில் இருக்கின்றவர்கள் ஒருவரை ஒருவர் அறிந்திருப்பார்கள்.

ஆனால், நகரமயமாக்கலும், தொழிற்சாலைப் பணியிடங்களும் நமக்கு முன் பின் அறிமுகம் இல்லாத மனிதர்களோடு இணக்கமாகி வேலை செய்ய வேண்டிய தேவையை உருவாக்கின. மேலும், தொழிற்சாலைகளின் பணி நேரம், ஓய்வு நேரம், பணிப் பாதுகாப்பு முறைகள் எதுவும் இல்லாத சூழல், மனிதர்களை நெருக்கடிக்குள்ளும் தள்ளியது. அது மட்டுமல்ல, இந்தத் தொழிற்சாலைகளை நிறுவ பெரும் முதலீடு தேவைப்பட்டதால், அனைத்துத் தொழிற்சாலைகளுக்கும் சொந்தக்காரர்கள் பெரும் முதலாளிகளாக மட்டுமே இருந்தார்கள்.

தொழிற்சாலை பெருக்கத்தால் ‘முதலாளி’, –‘தொழிலாளி’ என்கிற புதிய உறவுமுறை உருவானது. தனிநபர்கள் அல்லது தனியார் நிறுவனங்கள் உற்பத்திச் சாதனங்களையும், செல்வத்தையும் தங்கள் கட்டுப்பாட்டில் வைத்து, லாபத்தை முதன்மை நோக்கமாகக் கொண்டு இயங்கும் ஒரு பொருளாதார அமைப்பு உருவானது. அதுவே முதலாளித்துவம் என்று அழைக்கப்படலானது. இந்த முதலாளித்துவமுறை, மனிதர்களின் உழைப்பை நிர்வகிக்கும் முறையைத் தலைகீழாக்கியது. அந்தத் தலைகீழ் நிலைமையை, சூழலை உணர்த்த சிறிய கதை ஒன்று இங்கே அவசியப்படுகிறது.

சிங்கம், ஓநாய், நரி - மூவரும் வேட்டைக்குச் சென்றனர். நரி தன் புத்திசாலித்தனத்தால் இரை இருக்கும் இடத்தைக் கண்டறிந்தது. ஓநாய் தன் திறமையால் இரையை விரட்டி ஒடுக்கி, சிங்கம் தாக்குவதற்கான வாய்ப்பை ஏற்படுத்திக்கொடுத்தது. இறுதியில், சிங்கம் அந்த இரையைக் கொன்று வீழ்த்திய பின், இரை மூன்று பங்குகளாகப் பிரிக்கப்பட்டது.

அப்போது சிங்கம், “நான் இந்தக் காட்டின் அரசன் என்பதால் முதல் பங்கு எனக்கே வேண்டும். உங்கள் இருவரோடு நானும் வேட்டையிலே கலந்துகொண்டேன் அல்லவா! அதற்காக இரண்டாவது பங்கும் எனக்கு. அப்புறம் நான்தானே இரையைக் கொன்றேன். உங்களைவிட நான் பலசாலி என்பதால் மூன்றாவது பங்கும் எனக்கு!” என்று கூறி மூன்று பங்குகளையும் தனக்கே எடுத்துக்கொண்டது.

இயந்திரமயமாக்கலும், முதலாளித்துவமும் இணைந்து, எப்படி உழைப்புப் பரிமாற்றத்தை ஒருதலைப்பட்சமாக மாற்றின என்பதற்கு உதாரணமாகச் சொல்லப்படும் கதை இது.

ஆக, இயந்திரமயமாக்கல், முதலாளித்தும் இரண்டும் மனிதர்களின் உழைப்புச் சமன்பாட்டை குலைத்துப் போட்டது. செய்யும் வேலைக்குக் குறைந்த அளவே ஊதியம் தரப்பட்டது. “நீங்கள் பிழைத்துக் கிடக்க தொழிற்சாலைகளை உருவாக்கி வேலை தருகிறோம். அதில் மதிப்புமிக்க இயந்திரங்களை நிறுவியுள்ளோம். அதில் வேலை செய்யும் வாய்ப்பையும் தருகிறோம். எனவே, தந்த வேலையை செய்துவிட்டு அதற்கு ஈடாக நாங்கள் தருவதை வாங்கிக் கொண்டு செல்ல வேண்டும்” என்கிற போக்கில்தான் துவக்கக் காலத்துத் தொழிற்சாலைகளின் முதலாளிகள் செயல்பட்டனர்.

இதனால், உழைப்பைத் தருகிற மனிதனுக்கும் அந்த உழைப்பிற்கு ஈடாகக் கிடைக்கும் ஊதியத்திற்கும் பெரிய இடைவெளி ஏற்பட்டது.

இந்தப் புதிய வகை உழைப்புத் தளமான தொழிற்சாலைகள்தான் ஆங்கிலேயர்களால் இந்தியாவில் அறிமுகப்படுத்தப்பட்டது. அப்படியான தொழிற்சாலை ஒன்று தூத்துக்குடி நகரிலும் அமைக்கப்பட்டது.

தூத்துக்குடி மாவட்டத்தின் ஒட்டப்பிடாரம், விளாத்திக்குளம், கோயில்பட்டி உட்பட பல்லாயிரம் ஏக்கர் கரிசல் காடுகளில் விளைந்த பருத்திகளை இயந்திரங்கள், கருவிகள் துணையோடு நூலாக்கும் அந்தத் தொழிற்சாலை, நூற்றுக்கணக்கான தொழிலாளர்களின் உழைப்பை உறிஞ்சி, லாபக் கொழுப்பை வளர்த்துக்கொண்டிருந்தது. அங்கே வேலை செய்த தொழிலாளர்கள், வெறும் எண்களாகக் கருதப்பட்டனர் - ஒரு நாளைக்கு 12 முதல் 16 மணி நேரம், எந்த ஓய்வும் இன்றி, அனல் தகிக்கும் இயந்திரங்களுக்கு மத்தியில் அற்பக் கூலிக்காக உழைக்க வேண்டிய அவலநிலை. ஒரு சிறு தவறுக்குக்கூடக் கடுமையான தண்டனைகள், உயிருக்கே ஆபத்தான பணிச்சூழல் நிலவியது.

அந்த இருண்ட அத்தியாயத்திற்கு வெளிச்சம் பாய்ச்ச, ஒரு தனிமனிதனின் உறுதிமிக்கக் குரல் ஒலித்தது - அவர்தான், வழக்கறிஞரும், தேசபக்தரும், சுதேசி இயக்கத்தின் தீப்பந்தமுமான வ.உ.சிதம்பரனார்.

வ.உ.சிதம்பரனார் தூத்துக்குடி தொழிலாளர்களின் அவலத்தைப் புரிந்துகொண்டார். பொதுக் கூட்டங்களில், பிரிட்டிஷ் ஏகாதிபத்தியத்தின் சுரண்டலையும், தொழிலாளர்களுக்குரிய உரிமைகளின் அவசியத்தைப் பற்றியும் ஆவேசமாகப் பேசினார். அவரது உத்வேகம், தொழிலாளர்களின் உள்ளங்களில் போராட்டக் கனலை மூட்டியது.

1908ஆம் ஆண்டு, பிப்ரவரி 27ஆம் தேதி, வ.உ.சி. மற்றும் சுப்பிரமணிய சிவா தலைமையில், 'கோரல் மில்' தொழிலாளர்கள் வீறுகொண்டு எழுந்தனர். இது தமிழ்நாட்டின் வரலாற்றில் பதிவான பெரிய அளவிலான முதல் தொழிலாளர் போராட்டங்களில் ஒன்றாகும். நூற்றுக்கணக்கான தொழிலாளர்கள் தங்கள் கோரிக்கைகளுக்காகப் பணிக்குச் செல்ல மறுத்தனர். நியாயமான கூலி உயர்வு, ஒரு நாளைக்கு 9 மணி நேர வேலை, மற்றும் வாராந்திர விடுமுறை உள்ளிட்ட கோரிக்கைகள் 'கோரல் மில்' நிர்வாகத்திடம் முன்வைக்கப்பட்டன.

தொழிற்சங்கங்கள் இல்லாத அந்தக் காலத்தில், ஒரு பெரிய ஆலையில் பணியாற்றக்கூடிய தொழிலாளர்களை ஒருங்கிணைத்து வேலைநிறுத்தத்தில் ஈடுபட்டது ஒரு புரட்சிகரச் செயல்.

வ.உ.சிதம்பரனார் வேலைநிறுத்தத்தில் ஈடுபட்ட தொழிலாளர்களுக்குத் தேவையான நிதியைத் திரட்டி, உணவும் தற்காலிக வேலைவாய்ப்புகளும் ஏற்படுத்திக்கொடுத்தார். அவரது உறுதியான ஆதரவு, தொழிலாளர்கள் பட்டினியில் வாடாமல், தங்கள் போராட்டத்தைத் தொடர வழிவகுத்தது. ஒன்பது நாட்களுக்குப் பிறகு, தொழிலாளர்களின் ஒற்றுமையாலும், வ.உ.சி.யின் விடாமுயற்சியாலும், மில் நிர்வாகம் அவர்களின் கோரிக்கைகளுக்குச் சம்மதித்தது. இது ஒரு மாபெரும் வெற்றியாகப் பார்க்கப்பட்டது. மற்ற பிரிட்டிஷ் நிறுவனங்களில் பணிபுரிந்த தொழிலாளர்களுக்கும் நம்பிக்கையை விதைத்தது.

தூத்துக்குடி வேலை நிறுத்தம் தொழிலாளர்களின் போராட்டமாக மட்டும் நின்றுவிடவில்லை. வ.உ.சி.யின் தேசியவாதச் செயல்பாடுகளும், அவர் தொழிலாளர்களை அரசியல் ரீதியாக அணிதிரட்டியதும் ஆங்கிலேய அரசுக்கு ஒரு பெரிய அச்சுறுத்தலாகத் தெரிந்தது.

இதனால், 1908ஆம் ஆண்டு மார்ச் 12ஆம் தேதி, வ.உ.சி.யும் அவரது தோழர்களும் தேச துரோக குற்றச்சாட்டின் கீழ் கைது செய்யப்பட்டனர். இந்தக் கைதுகள் திருநெல்வேலி, தூத்துக்குடி ஆகிய பகுதிகளில் பெரும் மக்கள் எழுச்சிக்கு வழிவகுத்தன. கடைகள் அடைக்கப்பட்டன,. பள்ளிகள் மூடப்பட்டன, வன்முறைச் சம்பவங்களும் வெடித்தன. இது இந்தியாவில் நடந்த முதல் ‘அரசியல் வேலைநிறுத்தம்’ *(Political Strike)* என்று அழைக்கப்படும் அளவுக்கு வரலாற்றில் இடம் பெற்றது. மேலும், தொழிலாளர் போராட்டங்கள் விடுதலைப் போராட்டங்களுடன் இணைந்ததற்கான ஒரு தெளிவான அடையாளமாகவும் அமைந்தது.

வ.உ.சி.,க்கு இரண்டு ஆயுள் தண்டனைகள் விதிக்கப்பட்டு, கோவைச் சிறையில் செக்கிழுக்க வைக்கப்பட்டார். அவரது உடல் நலம் மிகவும் பாதிக்கப்பட்டது. இருப்பினும், அவரது தியாகமும், தூத்துக்குடி வேலைநிறுத்தத்தின் வெற்றியும் இந்தியத் தொழிலாளர் இயக்கத்திற்கும், விடுதலைப் போராட்டத்திற்கும் ஒரு புதிய உத்வேகத்தைக் கொடுத்தன. வ.உ.சி.யின் இந்தச் செயல், தொழிலாளர்கள் தங்கள் உரிமைகளுக்காகப் போராட முடியும் என்பதையும், தேசியவாத உணர்வு தொழிலாளர் போராட்டங்களுடன் இணையும்போது பெரும் சக்தியாக மாறும் என்பதையும் நிரூபித்தது.

இன்றும், வ.உ.சி., கப்பலோட்டிய தமிழன் மட்டுமல்லாமல், இந்தியத் தொழிலாளர் இயக்கத்தின் முன்னோடிகளில் ஒருவராகவும் போற்றப்படுகிறார். இயந்திரமயமாக்கலும், முதலாளித்துவமும் குலைத்துப்போட்ட மனிதர்களின் உழைப்புச் சமன்பாட்டை எதிர்த்து போராடிய போராட்டம், தேசத்தின் விடுதலை போராட்டமாகவும் உருமாறியது.

வ.உ.சி., முன்னெடுத்த போராட்டம் உழைப்பை நிர்வகிக்கும் முறையை மட்டும் மாற்றியமைக்கவில்லை. மாறாக, தொழிற்சாலை எனும் அமைப்பிலும், சமூகத்திலும், குடும்ப உறவுகளிலும் பல மாற்றங்களை உருவாக்கியது.

அப்போது, தொழிற்சாலைகளில் வேலை செய்ய உடல் வலிமை மட்டும் போதவில்லை; நுட்பமான அறிவுத்திறனும் தேவைப்பட்டது. தொழிற்சாலைகளை நடத்த பொறியாளர்களும், தொழிலாளர்களைக் கவனிக்க மருத்துவர்களும், லாபத்தைக்

கணக்கிடக் கணக்காளர்களும் தேவைப்பட்டனர். எனவே, பலரும் தங்கள் பாரம்பரியத் தொழில்களை விட்டொழித்து, புதிய அடையாளங்களை அடையவும், புது கல்வி கற்கவும் தொழிற்சாலைகள் வழி வகுத்தன.

நிலவுடைமை காலத்தில் பெரும்பாலானோர் வேளாண்மைத் தொழிலாளர்களாகவும், ஒரு சிலர் கைவினைக் கலைஞர்களாகவும் இருந்தார்கள். இந்த நிலையை மாற்றிப் போட்டது தொழிற்சாலைகளும் முதலாளித்துவமும். விவசாயிகளின் மகன்களும், மகள்களும் பல்கலைக்கழகங்களுக்குச் செல்ல ஆரம்பித்தது இக்காலத்தில்தான். சிலர் பொறியாளர்களாகவும், சிலர் மருத்துவர்களாகவும், ஆசிரியர்களாகவும், விஞ்ஞானிகளாகவும், ஏன் கவிஞர்களாகவும் கூட உயர்ந்தார்கள்.

முதலாளித்துவம் துன்பத்தை மட்டுமே கொண்டுவரும் என்று ஒருபோதும் கருதப்படவில்லை. மாறாக, அது ஒரு புரட்சிகர சக்தியாகவும் பார்க்கப்பட்டது. - பழைய சமூக அமைப்புகளை அழித்து, நிலப்பிரபுத்துவத்தின் மந்த நிலையைத் துடைத்தெறிந்து, இயந்திரங்கள், ரயில் போக்குவரத்துகள் வாயிலாக நகரங்களைக் கட்டியெழுப்பியது. அது, அறிவியலைச் சாத்தியமாக்கி பெரும் செல்வத்தை உருவாக்கியது.

தொழிற்சாலைகளில் வேலை செய்த மனிதர்கள் உழைப்பால், தாங்கள் செய்யும் வேலையின் மூலம் வெறும் பொருளாதாரப் பயனை மட்டும் பெறவில்லை. அவர்கள் தாங்கள் செய்யும் வேலையின் மூலம் சுயமரியாதை மற்றும் அடையாளங்களைப் (எ.கா: ‘நான் ஓர் ஆசிரியர்’, ‘நான் ஒரு பொறியாளர்’ போன்ற உணர்வுகள்) பெற்றார்கள்.

ஒரு பொருளை உருவாக்குவது அல்லது ஒரு சேவையை வழங்குவது மனிதர்களுக்குச் சுயமரியாதையைத் தந்தது. பெரிய காரணத்திற்காகப் பங்களிப்பு செய்கிறோம் என்ற உணர்வைப் பெறக் கூடிய சூழலை உருவாக்கியது. ஒரு பணியைச் செய்து முடிக்கும்போது, ஒரு சவாலை வெல்லும்போது, அல்லது ஓர் இலக்கை அடையும்போது கிடைக்கும் சாதனை உணர்வு ஆழ்ந்த திருப்தியைத் தந்தது. பணியிடங்கள் பெரும்பாலும் சமூகத் தொடர்புகளுக்கான முக்கிய இடங்களாக மாறின. சக ஊழியர்களுடன் இணைந்து பணியாற்றுவது, கற்றுக்கொள்வது,

சிரமங்களைப் பகிர்ந்துகொள்வது ஆகியவை மனிதர்களுக்கான தொடர்பை அதிகரித்தன; தனிமையைப் போக்கி, மனநலத்தையும் பாதுகாத்தன.

இவ்வாறாக, உழைப்பு என்பது வெறும் வயிறு நிரப்புவதற்கான அல்லது பணம் ஈட்டுவதற்கான வழியாக மட்டுமின்றி, மனிதர்களின் உளவியல், சமூகம், அரசியல், மற்றும் உணர்வுபூர்வமான தேவைகளைப் பூர்த்தி செய்யும் ஒரு முக்கிய அம்சமாகவும் மாறியது. தங்கள் உழைப்புச் சுரண்டல்களுக்கிடையிலும், இந்தத் தொழிற்சாலைக் காலத்து வேலைகள், தங்கள் பணியின் மூலம் பலவித உள் உணர்வுகளுக்கு ஆறுதலைத் தந்தன.

தொழிலாளர்கள், கடுமையான போராட்டங்கள் வழியாக தங்கள் உழைப்பை அரசியலாக்கினார்கள். மேலும், சட்டபூர்வ உரிமைகளையும் பெற்றனர். அவர்களின் குரல் ஓங்கி ஒலித்து, பணிப் பாதுகாப்பு, நியாயமான கூலி, சமூக நலன்கள் என, பல உரிமைகளை வென்றெடுத்தது. தொழிற்சங்கங்கள் வலுப்பெற்று, தொழிலாளர் நலச் சட்டங்கள் இயற்றப்பட்டன.

ஆனால், அதே காலகட்டத்தில், மற்றொரு பிரிவினர், அமைப்புசாராத் தொழிலாளர்களாக, எந்த உரிமைகளும் அற்ற, நிச்சயமற்ற வாழ்வை ஓட்டிக்கொண்டிருந்தார்கள்.

எடுத்துக்காட்டாக, கட்டுமானத் தொழிலாளர்கள், வீட்டுப் பணியாளர்கள், தள்ளுவண்டிக் கடைக்காரர்கள், சிறு மற்றும் குறுந்தொழில் நிறுவனங்களில் பணிபுரிவோர் என, பல லட்சக்கணக்கான மனிதர்கள், எந்த முறைப்படுத்தப்பட்ட சட்டங்களின் பாதுகாப்பும் இன்றி உழைத்தனர். அவர்களுக்கு நிலையான பணிநேரம், குறைந்தபட்ச ஊதியம், வருங்கால வைப்பு நிதி, மருத்துவக் காப்பீடு, பணிப் பாதுகாப்பு, ஊதியத்துடன் கூடிய விடுப்பு போன்ற அடிப்படை உரிமைகள் எதுவுமே இல்லை. எந்த நேரத்திலும் பணி நீக்கம் செய்யப்படலாம் என்ற பயத்திலும், அடிப்படை வசதிகள் அற்ற அபாயகரமான சூழலிலும் அவர்கள் உழைக்க வேண்டியிருந்தது.

உழைப்பு பரிமாற்றத்தை நியாயமான முறையில் நிர்வகிப்பது அத்தனை எளிதல்ல, என்றுமே சிக்கலானது என்று பார்த்தோம் அல்லவா? மேலே கூறிய மனிதர்கள் அந்தச் சிக்கலின் மிகச் சிறிய எடுத்துக்காட்டுகள்தான்.

கார்ல் மார்க்ஸ் எனும் புரட்சிமிகு மாமேதை

தொழிற்சாலைகளின் பெருக்கமும், முதலாளித்துவ அமைப்பின் வளர்ச்சியும், 18ஆம் நூற்றாண்டில் புதிய வகையான சமூகப் பிரிவினையை உருவாக்கியது. இந்த மாற்றங்களை விளக்க, பல சிந்தனையாளர்கள் முயன்றனர்.

இந்நிலையில், மனித உழைப்பின் மீதான சுரண்டலை ஆழமாகப் பகுப்பாய்வு செய்து, அதற்கு ஒரு புரட்சிகரமான தீர்வை முன்வைத்தவர் ஜெர்மானிய தத்துவமேதையும், பொருளாதார அறிஞருமான கார்ல் மார்க்ஸ்.

தொழிற்சாலைகளின் வருகையும், அதன் முதலாளிகளும் குலைத்துப்போட்ட உழைப்பு பரிமாற்ற சமன்பாட்டை மிக நுணுக்கமாக, அறிவியல் தத்துவ வரலாற்றுப் பார்வையில் அணுகினார் கார்ல் மார்க்ஸ். “மனித உழைப்பு வெறும் பொருளாதாரச் செயல்பாடு அல்ல. அது சமூகத்தோடு மிக நெருக்கமானது, அது ஒருவகை அரசியல் செயல்பாடு” என்ற புரிதலையும் கார்ல் மார்க்ஸ் உருவாக்கினார்.

தொழிலாளர்களின் அவல நிலைக்கு ஒரு தத்துவார்த்த மற்றும் அரசியல் அடிப்படையை வழங்கிய கார்ல் மார்க்ஸ், தனது நண்பர் ‘ஃபிரெட்ரிக் எங்கல்ஸ்’ உடன் இணைந்து முன்வைத்த சோஷியலிச மற்றும் கம்யூனிச சிந்தனைகள், தொழிலாளர் இயக்கங்களுக்கு ஒரு சக்திவாய்ந்த அடித்தளத்தை அமைத்துக் கொடுத்தன.

அவரது பார்வையில், தொழிற்சாலைகளில் நிலவிய கொடூரமான பணிச்சூழல்களும், தொழிலாளர்களின் வறுமையும், முதலாளித்துவம் என்ற ஏகாதிபத்தியத்தின் உள்ளார்ந்த இயல்புகளிலிருந்து எழுந்தவை.

கார்ல் மார்க்ஸ் எழுதிய 'மூலதனம்'(Das Kapital) என்ற நூலில், முதலாளித்துவச் சமூகத்தில் மனித உழைப்பு (Labour Power) ஒரு தனித்துவமான பண்டமாக (Commodity) மாறிவிடுவதைச் சுட்டிக்காட்டினார். "மற்ற பண்டங்களைப் போலவே, மனிதர்களின் உழைப்பு என்ற சக்தியும் சந்தையில் வாங்கப்பட்டு, பின்னர் விற்கப்படுகிறது. தொழிலாளி தனது உடல் மற்றும் மன உழைப்புத் திறனை, 'கூலி' என்ற விலைக்கு முதலாளியிடம் விற்கிறான். ஆனால், உழைப்பு என்பது வெறும் பண்டம் மட்டுமல்ல. அது ஒரு சிறப்புத் தன்மை கொண்டது. இதுவே மதிப்பை உருவாக்கும் ஒரே ஆதாரம் (Source of Value)" என்றார் மார்க்ஸ்.

மேலும், "உலகத் தொழிலாளர்களே, ஒன்றுபடுங்கள்!" என்று முழக்கமிட்ட கார்ல் மார்க்ஸ், இதன் மூலம், "தொழிலாளர்கள் தங்களின் மத, மொழி, இன, கலாச்சார வேறுபாடுகளைக் கடந்து, ஒரு பொதுவான வர்க்க உணர்வுடன் (Class Consciousness) ஒன்றிணைய வேண்டும்" என்பதை வலியுறுத்தினார்.

இந்தப் போராட்டத்தின் இறுதி இலக்கு, முதலாளித்துவ அமைப்பை வீழ்த்தி, உற்பத்திக்கான சாதனங்களைத் தொழிலாளர்களின் கட்டுப்பாட்டில் கொண்டுவரும் ஒரு சோசலிச சமூகத்தை உருவாக்கும் என்று அவர் வரலாற்று அறிவியல் மூலம் எடுத்துக் காட்டினார்.

தூத்துக்குடியில் வ.உ.சி., அவர்களால் முன்னெடுக்கப்பட்ட தொழிற்சாலை வேலை நிறுத்தத்திற்கு முன்னோட்டமாக, உந்து சக்தியாக அமைந்ததும் கார்ல் மார்க்ஸின் முழக்கமே.

இதனால், 19ஆம் நூற்றாண்டில், உலகெங்கிலும் பல்லாயிரம் எழுச்சிகள் உருவாகின. தொழிலாளர்கள் இணைந்து தங்களுக்கான சங்கங்களை உருவாக்கினார்கள். அவர்களுக்குத் தேவையான உரிமைகள், வசதிகள் குறித்து தொழிற்சாலை முதலாளிகளிடம் உரிமையுடன் பேசினார்கள். அதோடு மட்டும் நிறுத்தாமல், தங்கள் உழைப்பிற்குத் தேவையான சட்டரீதியான பாதுகாப்பையும் தங்கள் முதலாளிகளிடம் கோரினர்.

தொழிலாளர்கள் முன்னெடுத்த தொடர் போராட்டங்கள், ஆர்ப்பாட்டங்கள் வாயிலாக, தங்களது உழைப்பைப் பாதுகாக்கத் தேவையான சட்டங்களை, திட்டங்களைக் கொண்டுவர அரசாங்கத்தையும் அவர்களால் நிர்ப்பந்திக்க முடிந்தது.

இன்று உலகெங்கும் பல்லாயிரம் நிறுவனங்களில் பணியாற்றும் பல கோடி தொழிலாளர்கள் அனுபவித்துவரும் பல சீர்திருத்தங்கள் இப்படியான தொழிற்சங்கங்கள் உருவாக்கியவையே.

வாரம் இரு நாள் விடுமுறை, எட்டு மணி நேரம் வேலை, குழந்தைத் தொழிலாளர்கள் ஒழிப்பு, வேலையிலிருந்து நீக்கத் தேவையான நடைமுறைகள், தொழிலாளர்கள் பிரச்னைகளைத் தீர்க்க தனியாக நீதிமன்றங்கள், வேலை செய்யும் இடத்தில் பாதுகாப்பு விதிமுறைகள், சம்பளம் தரும் முறை, காப்பீட்டு வசதிகள், ஓய்வறைகள் எனப் பலப் பல நடைமுறைகள் புழக்கத்திற்கு வந்ததெல்லாம் இந்தத் தொழிற்சங்கக் காலகட்டத்தில்தான்.

இவை அனைத்தும் நுணுக்கமான அரசியல் புரிதலோடும், புரட்சிகர நோக்கத்தோடும் தொடர்ந்து முன்னெடுக்கப்பட்ட தொழிலாளர் போராட்டங்கள் மூலமே சாத்தியமானது. வேலை நேரம், கூலி உயர்வு போன்ற அன்றாடக் கோரிக்கைகளுக்கு அப்பால், தொழிலாளர் உரிமைகள் என்பது ஓர் அரசியல் போராட்டமாகவும், சமூக அமைப்பை மாற்றும் கருவியாகவும் உருவானது. மனித உழைப்பு வெறும் பொருளாதாரச் செயலாக மட்டும் இல்லாமல், ஓர் ஆழமான அரசியல் சக்தியாகவும் மாறியது.

மேலும், மானிட வரலாற்றில் மனித உழைப்பைக் குறித்து அதிகமாகப் பேசவும், யோசிக்கவும் செய்தது இது. உழைப்பை முன்னிறுத்தி நடத்தப்பட்ட தொழிற்சங்கப் போராட்டங்கள் பெரும் வெற்றிகளைக் கண்டது. அன்றைய இந்தியாவில் விடுதலைப் போராட்டங்களுக்குக் கூட புது ஒளி பாய்ச்சியது.

‘உழைப்பும் ஒரு யோகாதான்’
– சுவாமி விவேகானந்தர்

உழைப்பை ஒரு பொருளாதார நடவடிக்கையாகவே நாம் பார்க்கிறோம். சம்பளத்துக்கான முயற்சி, பதவிக்கான ஓட்டம், அல்லது கடமையை நிறைவேற்றும் போராட்டம் என்றுதான் நாம் கருதுகிறோம். ஆனால், சுவாமி விவேகானந்தர் அதை ஓர் ஆன்மீக ஒழுங்காகப் பார்த்தார். அவரது பார்வையில், உழைப்பு என்பது தியானம், தியாகம், விடுதலை ஆகியவற்றை ஒன்றாக இணைக்கும் யோகபாதை.

“பற்றுதல் இல்லாமல் உழைக்கிற சக்திதான் யோகத்தின் அடிப்படை” என்கிறார் விவேகானந்தர்.

“தேன் சுவைக்க வந்த தேனீ, தேனில் சிக்கிவிடுவதைப் போல, நாமும் அப்படியே - ஓர் இலக்கைத் தேர்ந்தெடுத்து, அதில் அடிமையாகிறோம். உழைக்கும்போது நாம் அதில் மூழ்கி விடுகிறோம். அந்த வேலை வெற்றிபெறாவிட்டால் மனதிற்குள் உடைந்துபோகிறோம். வெற்றி என்பது நல்ல முறையில் மேற்கொள்ளப்பட்ட முயற்சியின் விளைவே” என்பதை அவர் வலியுறுத்துகிறார்.

இதன்மூலம் நமது உழைப்பு, அந்த உழைப்பு தரும் பலனைச் சார்ந்ததாக இல்லாமல், உழைப்பை உழைப்பிற்காகச் செய்ய வேண்டும் எனவும் அறிவுறுத்துகிறார்.

மேலும், “உழைப்பின் முதன்மையான பயன், மனவலிமையை வளர்த்தல்” என மிக உன்னதமான கருத்தை முன்வைக்கும் விவேகானந்தர், “ஒரு செயலை முழு உள்ளத்துடனும் ஆற்றலுடனும் செய்வது, அந்த மனிதனை வலிமையாக்கும். தனது செயல்களை அச்சமின்றி, எதிர்பார்ப்பின்றிச் செய்யும் ஒருவர், அசைக்க முடியாத ஆளுமையாக மாறுகிறார்” என, உறுதிப்படக் கூறுகிறார்.

உழைப்பை தியாகத்தின் பயிற்சியாக அறிவுறுத்தும் அவர், “வாழ்க்கை என்பது கொடுப்பதே. அதனால் விருப்பத்துடன் கொடுங்கள். பணம், புகழ், அன்பு என்று எதையும் எதிர்பார்க்காமல் செயல்படும்போது, அந்த உழைப்பு தூய்மை அடைகிறது. விலை கேட்காமல் அளிக்கிறது மழை. பாராட்டுகளைத் தேடாமல் ஆறு ஓடுகிறது. பதிலுக்கு எதுவும் எதிர்பார்க்காமல் சூரியனைப் போல, உழைப்பும் அமைய வேண்டும். அது ஒரு நற்செயல் - அதுவே போதும்” எனக் கூறுகிற சுவாமி விவேகானந்தரின் பார்வையில், உழைப்பு என்பது வெறும் கடமை அல்ல, அது ஓர் ஆன்மிகப் பயிற்சி என்பதும் ஊர்ஜிதமாகிறது.

உழைப்பு மனதின் வலிமையை வளர்க்கிறது, பற்றுதல்களிலிருந்து விடுதலை தருகிறது, தியாகத்தின் உணர்வை ஊட்டுகிறது. இறுதியில் மனிதனைத் தன்னிகரற்ற உயர்வுக்கு அழைத்துச் செல்கிறது.

இன்றைய வேகமான உலகில், உழைப்பை வெறும் உற்பத்தி என்றோ, பிழைப்புக்கான வழி என்றோ பார்க்காமல், ஒரு யோகமாக, ஒரு சிந்தனையாக, ஓர் உன்னத திட்டமாகப் பார்க்கவேண்டும் என்பதையே சுவாமி விவேகானந்தர் நம்மிடம் வலியுறுத்துகிறார்.

இஸ்லாம் பார்வையில் உழைப்பு

மற்ற மதங்களோடு ஒப்பிட்டால் இஸ்லாம் சமீபத்தில் உருவான மதம் என்றாலும், மனித வாழ்வியல் சார்ந்த பல கருத்துகள், இன்றைக்கும் மிகப் பொருந்துவதுபோல், அதில் தெளிவாக வரைமுறை செய்யப்பட்டுள்ளது.

குறிப்பாக 'கணவன் - மனைவி', 'முதலாளி - தொழிலாளி' போன்ற சமூக உறவுகளைப் பூசலின்றி நிர்வகிக்க இஸ்லாத்தில் வழிமுறைகள் உண்டு. தவிர, மனித உழைப்பு குறித்தும் இஸ்லாம் தெளிவாகப் போதிக்கிறது.

இஸ்லாத்தில் வேலை என்பது வழிபாடாகவே கருதப்படுகிறது. அதிகாலையில் வேலை செய்துகொண்டிருக்கும் ஒரு மனிதரைக் கண்டு நபி முஹம்மது (ஸல்) அவர்களோடு இருந்தவர்கள், "பாருங்க நபி, இந்த ஆள் அதிகாலையில் தொழுகை செய்யாமல் வேலை செய்து கொண்டிருக்கிறார்" என விமர்சித்தபோது, நபி அவர்கள், "அவர் தன்னைத்தானே பார்த்துக்கொள்வதற்காக அல்லது தன் குடும்பத்தைக் காப்பாற்றுவதற்காக உழைத்தால், அதுவும் தொழுகையே" எனக் கூறுகிறார்.

"உங்கள் தொழிலாளர்கள் உங்களுக்குக் கீழானவர்கள் அல்ல.-அவர்கள் உங்கள் சகோதரர்கள். நீங்கள் சாப்பிடுவதை அவர்களுக்கும் கொடுங்கள். ஓய்வளியுங்கள். அவர்களை அதிகமாக

உழைக்க வைக்காதீர்கள். கடினமாக இருந்தால், நீங்கள் உதவுங்கள். முக்கியமாக, அவர்களின் ஊதியத்தைத் தாமதமின்றிக் கொடுங்கள். தொழிலாளியின் வியர்வை காயும் முன், அவரின் கூலியைச் செலுத்துங்கள்" என்று நபி கூறுகிறார்.

ஓய்வும் ஓர் உரிமையாகவே இஸ்லாத்தில் கருதப்படுகிறது. அதனால்தான் "உங்கள் உடலுக்கும் உரிமை உண்டு" எனச் சொல்லப்படுகிறது. வேலை முடிந்த பின்னர், முதியவர்களுக்குக் காப்பீடு வழங்கப்பட வேண்டும் என்பதற்காக, இரண்டாவது கலீபா உமர் அவர்கள், 'முதியோர் ஓய்வூதியம்' எனும் எண்ணத்தை அறிமுகப்படுத்தினார்.

நபிகள் கூறிய ஒரு நிகழ்வு:

ஒரு மனிதர் ஒரு தொழிலாளிக்குச் சம்பளம் கொடுக்க மறந்துவிட்டார். தொழிலாளியும் அதை விட்டுவிட்டுச் சென்றுவிட்டார். அந்த மனிதர் அந்தப் பணத்தை வேளாண் முதலீடாக வைத்து, மாடு மற்றும் மேய்ச்சலாளரை வாங்கினார். பல ஆண்டுகள் கழித்துத் தொழிலாளர் திரும்பி வந்தபோது, அந்த மனிதர் சொன்னார், "இதெல்லாம் உன்னுடையது. எடுத்துச் செல்." இப்படியானவற்றைப் பாராட்டிப் புகழ்கிறது இஸ்லாம்.

இவ்வாறாக, தொழில், வேலை, உழைப்பு, தொழிலாளர் போன்றவற்றை நிர்வகிக்கச் சில கொள்கைகளையும், நெறிமுறைகளையும் இஸ்லாம் கொண்டுள்ளது.

கிறிஸ்துவ மதப் பிரிவுகள் — இரு பார்வைகள்

எல்லா மதங்களும் ஒன்று அல்லது ஒன்றுக்கும் மேற்பட்ட புனித நூல்களைக் கொண்டுள்ளன.

பெரும்பாலும் அனைத்துப் புனித நூல்களிலும் அனைத்து வகையான கருத்துகளும் உண்டு. அந்த மதத்தைச் சார்ந்த அறிஞர்கள் அதிலிருக்கும் ஏதாவது ஒன்றைப் புதுவிதமாக எடுத்துச் செல்வார்கள். அதைக் குறித்து புதிய கருத்துகளையும் ஞானத்தையும் அருள்வார்கள். இதற்குப் பெயர் இறையியல் *(Theology).*

இந்த இறையியல், காலத்திற்கு ஏற்ப மாறும். இரு மதங்களுக் கிடையில் இறையியல் மோதல் உருவாகும். ஆனால், ஒரே மதத்திற்குள்ளும் சில நேரம் இப்படியான இறையியல் மோதல் உருவாகும். அப்படித்தான் ஒரே கிறிஸ்துவச் சபையாக இருந்த கத்தோலிக்க திருச்சபை பிரிந்தது.

முதலில், கத்தோலிக்கத் திருச்சபை என்றால் என்ன என்று ஒரு சிறு அறிமுகம்.

ஐரோப்பாவில், பல நூற்றாண்டுகளாக, கத்தோலிக்க திருச்சபை என்பது மத ரீதியாக மட்டுமல்லாமல், சமூக ரீதியாகவும், அரசியல்

ரீதியாகவும் அதிகார மையமாக இருந்தது. திருச்சபையின் போதனைகளும், சட்டங்களும் அரசர்கள் முதல் சாதாரண மக்கள் வரை, அனைவரின் அன்றாட வாழ்விலும் ஆழமான தாக்கங்களை ஏற்படுத்தியிருந்தன.

ரோம் நகரில் உள்ள வாட்டிகனில் வசிக்கும் 'போப்' என்பவர்தான் இந்தக் கத்தோலிக்க கிறிஸ்துவ சபைக்குத் தலைவர். மத்தியக் கால ஐரோப்பாவில், மக்களின் வாழ்க்கை, ஒழுக்கம், பொருளாதாரம் என அனைத்தையும் இந்தத் திருச்சபையின் பார்வைகள் பெரிதும் வடிவமைத்தன.

கத்தோலிக்க திருச்சபையைப் பொருத்தமட்டில், துறவிகளாகவும், பாதிரியார்களாகவும், கன்னியாஸ்திரிகளாகவும் இறைச் சேவை செய்வதுதான் மிக உயர்ந்த புனிதமான வாழ்க்கை என்று நம்பப்பட்டது.

இந்தத் 'துறவற வாழ்க்கை'தான் கடவுளுக்கு உகந்தது என்றும், மோட்சத்திற்கு வழிவகுக்கும் என்றும் கருதப்பட்டது.

இதனால், விவசாயம் செய்வது, வியாபாரம் செய்வது, ஆட்சி செய்வது, குழந்தைகளை வளர்ப்பது போன்ற நம்முடைய அன்றாட, உலகியல் வேலைகள் அனைத்தும் 'கீழ்நிலை' அல்லது 'குறைவான புனிதத்தன்மை' கொண்ட வேலைகளாகக் கருதப்பட்டன.

'உழைப்பு என்பது உயிர் வாழ்வதற்குத் தேவையான ஒரு கட்டாயம்' என்று மட்டுமே கத்தோலிக்கத்தால் கருதப்பட்டது. அதே வேளையில், 'மோட்சம் அடைய வேண்டுமானால், விரதம் இருங்கள், ஜெபம் செய்யுங்கள், பிச்சை கொடுங்கள், பாவமன்னிப்பு கேளுங்கள்' என்ற கருத்துரைகளே முக்கியமான நற்செயல்களாக இருந்தன.

'பணக்காரராக இருப்பது மோட்சத்திற்கு ஆபத்தானது' என்று இயேசுவே எச்சரித்திருந்தார். 'ஒரு பணக்காரன் பரலோக ராஜ்யத்தில் நுழைவதை விட, ஊசியின் காதுக்குள் ஒட்டகம் நுழைவது எளிது' என்று விவிலியம் சொல்கிறது. எனவே, தனிப்பட்ட நபர்கள் செல்வம் சேர்ப்பது ஆன்மிக ரீதியாக மிகவும் ஆபத்தானது என்று கத்தோலிக்கத்தால் நம்பப்பட்டது. இதில் முரண்பாடு என்னவென்றால், தனிநபர் செல்வம் சேர்ப்பதைப்

பாவமாகக் கருதிய கத்தோலிக்கத் திருச்சபை பல காலங்களில் மிகப் பெரிய அளவில் செல்வத்தைச் சேர்த்து வைத்திருந்தது.

இந்நிலையில், சுமார் 500 ஆண்டுகளுக்கு முன்பாக, அதாவது 16ஆம் நூற்றாண்டில், ஐரோப்பாவில் ஒரு பெரிய மாற்றம் நிகழ்ந்தது. அதுதான் 'புரோட்டஸ்டன்ட் சீர்திருத்த காலம்' *(Protestant Reformation)* என்று அழைக்கப்படுகிறது.

கத்தோலிக்கத் திருச்சபையின் சில நடைமுறைகளையும், போதனைகளையும் எதிர்த்து, மார்ட்டின் லூதர், ஜான் கால்வின் உள்ளிட்ட தலைவர்கள், கிறிஸ்துவம் சார்ந்து புதிய கருத்துகளை முன்வைத்தனர். இது கிறிஸ்தவ மதத்தில் மட்டுமல்லாமல், மக்களின் வாழ்க்கை முறை, வேலை, செல்வம் பற்றிய சிந்தனைகளிலும் பெரும் புரட்சியை ஏற்படுத்தியதால், கத்தோலிக்க கிறிஸ்தவத்திற்கும் புதிய சீர்திருத்தவாதிகளுக்கும் இடையேயான ஒரு போராக இது உருவெடுத்தது.

குறிப்பாக, அதுவரை கிறிஸ்தவ மதத்தின் ஆணிவேராக இருந்த கத்தோலிக்கப் பார்வைகளுக்கு ஒரு பெரிய சவாலை முன்வைத்தார் ஜான் கால்வின். இவர் புரோட்டஸ்டன்ட் சீர்திருத்த இயக்கத்தின் முக்கியத் தலைவர். உழைப்புக்கும் செல்வத்திற்கும் ஒரு புதிய அர்த்தத்தைக் கொடுத்தார் கால்வின். இதுவே பின்னர் 'புரோட்டஸ்டன்ட் உழைப்பு நெறிமுறை' *(Protestant Work Ethics)* என்று அழைக்கப்பட்டது.

"துறவற வாழ்க்கை மட்டுமே புனிதம்" என்று அதுவரையில் கத்தோலிக்கம் கூறிவந்த நிலையில், "அனைத்து வேலைகளும் புனிதமான அழைப்பு" என்ற கருத்தை முன்னிறுத்தினார் கால்வின்,

மேலும், "நீங்கள் எந்த நியாயமான வேலையைச் செய்தாலும், அது விவசாயம், வியாபாரம், அல்லது வேறு எந்த நேர்மையான உழைப்பாக இருந்தாலும், அதை நீங்கள் கடவுளுக்குச் செய்யும் சேவையாகவே கருதலாம்" என, கால்வின் ஒரு புரட்சிகரமான கருத்தைச் சொன்னார். கால்வின் கூறிய 'அழைப்பு' *(Vocation)* என்ற கருத்து, சாதாரண மக்களின் அன்றாட வாழ்க்கைக்குள் புனிதத் தன்மையைக் கொண்டுவந்தது. 'இனி ஒரு பாதிரியாரின் வேலை மட்டுமே புனிதமில்லை, ஒரு விவசாயியின் உழைப்பும் கடவுளுக்கு

உகந்ததே' எனக் கூறிய கால்வின் கருத்து கிறிஸ்தவ மதத்தில் மட்டுமல்லாது, உலகில் உழைப்பின் மீதான பார்வையையும் அடியோடு மாற்றியது.

'செல்வம் சேர்ப்பது பாவமானது, ஆபத்தானது' என்ற கத்தோலிக்கப் பார்வைக்கு மாறாக, செல்வத்தைப் புதிய கண்ணோட்டத்தில் கால்வின் பார்த்தார்.

நேர்மையான கடின உழைப்பு மற்றும் சிக்கனத்தின் மூலம் ஒருவன் செல்வந்தன் ஆக முடியும். அப்படி செல்வந்தனாவது கடவுள் தருகிற ஆசீர்வாதத்தின் அடையாளம் என்றும், அவன் கடவுளால் தேர்ந்தெடுக்கப்பட்டவர்களில் ஒருவன் என்பதற்கான குறியீடாகவும் இருக்கலாம் என்றார் கால்வின்.

மேலும், "செல்வம் ஆடம்பரத்துக்காகச் சேர்ப்பதல்ல, அது ஒரு பொறுப்புடன் நிர்வகிக்கப்பட வேண்டிய வளம். லாபத்தை வீணாக்காமல், மீண்டும் தொழிலில் முதலீடு செய்ய வேண்டும்" என்றார். இதன் வாயிலாக பொருளாதாரம் வளரும். அதன் மூலம் கடவுளின் மகிமையைப் பெருக்கலாம் என்பது அவரது சிந்தனை.

கால்வின் கூறிய கருத்துகள் ஐரோப்பிய கிறிஸ்தவ மக்களின் மனங்களில் பெரும் மாற்றத்தை ஏற்படுத்தியது. கத்தோலிக்கத்தில் 'வேலை என்பது உயிர் வாழ்வதற்கான கட்டாயம்' என்று கூறப்பட்டு வந்ததை, 'வேலை என்பது தார்மீக மற்றும் மதக் கடமை' என, பிராட்டஸ்டன்ட் கிறிஸ்தவம் மாற்றியது.

"சோம்பலாக இருப்பது பெரும் பாவம்" என்றார் கால்வின். வேலை செய்யாமல் இருப்போரைக் கடுமையாகக் கண்டித்தார். கால்வின் கூறிய கருத்துகளால், ஒருவன் தன் தொழிலில் விடாமுயற்சியுடனும், ஒழுக்கத்துடனும் செயல்படுவது கடவுளை வழிபடும் ஒரு செயலாகவும், தன் நம்பிக்கையின் வெளிப்பாடாகவும் மக்களிடம் பார்க்கப்பட்டது.

கால்வின் கூறிய இந்தக் கோட்பாடுகள் ஐரோப்பாவில் மட்டுமல்லாமல், கிறிஸ்தவர்கள் வாழ்ந்த அனைத்து நாடுகளிலும் பல விளைவுகளை ஏற்படுத்தின.

கடின உழைப்பு, சிக்கனம், ஒழுக்கம் மற்றும் லாபத்தை முதலீடு செய்தல் என, கால்வின் கூறிய புதிய சித்தாந்தங்கள் மக்களை

அதிக அர்ப்பணிப்புடனும் திறனுடனும் செயல்படத் தூண்டியது. இதனால் ஐரோப்பிய நாடுகளில் உற்பத்தி பெருகியது. அது, மூலதனக் குவிப்புக்கு வழிவகுத்தது.

மேலும், ஐரோப்பாவிலிருந்து அமெரிக்காவிற்குக் குடியேறிய பல குடியினர், கால்வின் கூறிய இந்தக் கோட்பாட்டின் மீது மிகுந்த நம்பிக்கை கொண்டார்கள். அவர்களுக்குக் கிடைத்த 'அமெரிக்கா' எனும் புதிய நிலத்தில் அயராமல் உழைத்தார்கள்.

இந்தியாவை அடிமைப்படுத்தியது எப்படி?

'பிரிட்டிஷ் கிழக்கிந்திய கம்பெனி'யின் (EIC) இந்தியா மீதான ஆதிக்கம், முதலில் ஒரு நுட்பமான, படிப்படியான வணிக உத்தி மூலமாகவே ஏற்பட்டது. போர்கள் மற்றும் நேரடிப் படையெடுப்புகளால் அல்ல.

அதாவது, 'பிரிட்டிஷ் கிழக்கிந்திய கம்பெனி' ஒரு வர்த்தக நிறுவனமாகவே முதலில் தொடங்கப்பட்டது. பின், தனது வர்த்தகத்தை விரிவு செய்யும் நோக்குடன், படிப்படியாக ஒட்டுமொத்த இந்தியாவையே ஆட்சி செய்யும் அரசியல் சக்தியாக அது மாறியது.

தொடக்கத்தில், இந்தியாவின் பொருளாதார மற்றும் உழைப்பு அமைப்புகளைக் கட்டுப்படுத்துவதே அவர்களின் முக்கிய நோக்கமாக இருந்தது. இந்தியாவின் கலாசாரம், பண்பாடு, மத நம்பிக்கைகள் மீது அல்ல.

இந்தியாவில் தங்களின் பொருளாதார சக்தியை அதிகரிக்கவும், வலுவாக்கவும் வேண்டும் என்ற பிரிட்டிஷாரின் நோக்கத்திற்கு இடையூறாக போர்த்துக்கீசியர், டச்சுக்காரர்கள், பிரெஞ்சுக்காரர்கள் இருந்தார்கள். இந்த ஐரோப்பியப் போட்டியாளர்களைக் கடற்படை பலம் மூலம் தோற்கடித்த பிரிட்டிஷார், இந்தியாவிற்கும்

இங்கிலாந்திற்குமான கடல் வர்த்தகப் பாதைகள் அனைத்தையும் தங்கள் கட்டுப்பாட்டுக்குள் முழுமையாகக் கொண்டுவந்தனர்.

இதன் பின்னர், இந்தியாவின் கிழக்கு மற்றும் மேற்குக் கடற்கரைகளில் கோட்டைகளையும் வணிக மையங்களையும் நிறுவி, இந்தியாவின் வணிக நரம்புகளைத் தங்கள் பிடிக்குள் கொண்டுவந்தனர். இதன் மூலமாக, இந்தியாவிலிருந்து ஏற்றுமதி மற்றும் இந்தியாவிற்குள் இறக்குமதி செய்யப்படும் பொருட்களின் மீதான முழுக் கட்டுப்பாடும் பிரிட்டிஷ் அரசாங்கத்தின் வசம் சென்றது.

அடுத்து, இந்தியாவில் உள்ள நிலங்களுக்கு நிலவரி வசூலிக்கும் உரிமையைப் பெற்றுக்கொண்ட பிரிட்டிஷார், 'ஜமீன்தாரி', 'ரயத்துவாரி', 'மஹல்வாரி' ஆகிய நிலவரி முறைகளை அறிமுகப்படுத்தி, விவசாயிகளிடமிருந்து அதிகபட்ச வருவாயை வரி மூலம் பெற்றனர். இந்த வரிப்பணத்தைக் கொண்டு, இந்தியப் பொருட்களை வாங்கி, அவற்றை ஐரோப்பாவிற்கு ஏற்றுமதி செய்தனர். இதன்மூலம், பிரிட்டனிலிருந்து தங்கம் அல்லது வெள்ளியைக் கொண்டுவரவேண்டிய தேவை இல்லாமல் போனது. அதாவது, இந்திய விவசாயிகளின் உழைப்பால் கிடைத்த பணத்தைக் கொண்டு, இந்தியப் பொருட்களை வாங்கி, லாபம் ஈட்டினர்.

மேலும், பருத்தி, சணல் மற்றும் நீல வண்ணம் தயாரிக்க மூலப்பொருளாகப் பயன்படும் அவுரி இலை என, தங்களுக்குத் தேவையானதைப் பயிரிடுமாறு விவசாயிகளை வற்புறுத்தினர். இவை பிரிட்டன் ஆலைகளுக்கு மலிவான மூலப்பொருட்களாகப் பயன்பட்டன. அதே நேரத்தில், இங்கிலாந்தில் இயந்திரங்களின் உதவியுடன் தயாரிக்கப்பட்ட மலிவான துணிகளை இந்தியச் சந்தை களில் கொட்டி, உள்ளூர் கைவினைஞர்களின் வாழ்வாதாரத்தை அழித்தனர். இதனால், இந்திய மக்கள் வெளிநாட்டுப் பொருட்களையே சார்ந்து இருக்கவேண்டிய நிலை ஏற்பட்டது.

மேலும், உணவுக்குப் பயன்படுத்தும் அத்தியாவசியப் பொருட்கள் மீதும் தங்கள் ஏகபோக உரிமையை பிரிட்டிஷார் நிலைநாட்டினர். இதனால், உப்பு வாங்க வேண்டுமென்றால்கூட, பிரிட்டிஷ் கம்பெனியிடமிருந்து மட்டுமே வாங்கவேண்டும் என்ற நிலை இந்தியாவில் உருவானது.

ஒட்டுமொத்தமாக துவக்கக் காலத்தில் பிரிட்டிஷாரால் ஏற்படுத்தப்பட்ட ஒப்பந்தங்கள் பின்னாளில் வரிகள், வணிக விதிகள் மற்றும் நிர்வாகக் கட்டுப்பாடுகள் என, காகிதங்களால் பிணைக்கப்பட்ட ஒரு மர்ம வலைப்பின்னலாக, சங்கிலியாக மாறியிருந்தது.

ஒரு சில பிரிட்டிஷ் அதிகாரிகள், சில ஆயிரம் சிப்பாய்கள் மற்றும் உள்ளூர் ஒத்துழைப்பாளர்கள் வாயிலாக இந்த வலைப்பின்னல் அமைப்பை வெற்றிகரமாக நிர்வகித்தது அப்போதைய பிரிட்டிஷ் அரசாங்கம்.

அன்று இந்தியாவில் பிரிட்டிஷ் அரசாங்கம் மேற்கொண்ட வணிக உத்தி, இன்றும் பல பன்னாட்டு நிறுவனங்களால் வேறு வடிவங்களில் பின்பற்றப்படுகிறது. ஒரு நாட்டின் உழைப்பு மற்றும் வளங்களின் பலனை ஒருதலைப்பட்சமாகப் பிரித்து, லாபம் ஈட்டும் இந்த முறை, அடிமைத்தனத்தின் ஒரு புதிய வடிவம்.

ஒரு சிறிய அதிகார வர்க்கம் நிர்வகித்த இந்த வலைப்பின்னல், உழைப்பின் பரிமாற்றத்தை முற்றிலுமாக ஒருதலைப்பட்சமாக மாற்றியது. ‘மனிதன் உயிர்வாழ வேலை செய்ய வேண்டும், பிறருடன் இணைந்து வேலை செய்ய வேண்டும் அல்லது வேறு யாருக்காவது வேலை செய்ய வேண்டும்’ என்ற இந்த அடிப்படை உண்மையை, அமைப்புகளை நிர்வகிப்பவர்கள் தங்களுக்கு சாதகமாகப் பயன்படுத்திக்கொள்ளமுடியும்.

இதன் மூலம், ஒருவரின் உழைப்பின் பலனை வேறொருவர் அனுபவிக்கும் நிலையை உருவாக்க முடியும். பல ‘கார்ப்பரேட்’ நிறுவனங்கள்கூட இந்த முறையை இப்போதும் பயன்படுத்துகின்றன.

மனிதனின் கூட்டு உழைப்பு என்பது தவிர்க்க முடியாதது. அது அவனது வாழ்வின் அடிப்படை என்ற உண்மையை அறிந்து, கூட்டு உழைப்பை நிர்வகிக்க உருவாக்கப்படும் அமைப்பின் மூலம் உழைப்பின் பலனை ஒருதலைப்பட்சமாக மாற்றும்போது, அது அடிமைத்தனம் என்ற வகையில் செயல்பட ஆரம்பித்துவிடும். ஒரு வரியில் சொல்வதென்றால், அடிமைத்தனத்தை உருவாக்குவது சாட்டைகளாலோ, கூர்முனை வாட்களாலோ அல்லது போர்களாலோ மட்டுமல்ல. உழைப்பின் பலனை ஒருதலைப்பட்சமாக மாற்றும் அமைப்புகளும் அடிமைத்தனத்தை உருவாக்குகின்றன.

இந்தியாவில் உழைப்பாளர் இயக்க அரசியல் எழுச்சி

இந்தியாவில், தொழிற்சாலைகள் மற்றும் நகரமயமாக்கல் ஐரோப்பாவை விட பிற்காலத்தில்தான் வலுப்பெற்றன. பிரித்தானிய காலனி ஆதிக்கம் இந்தியாவின் வளங்களைச் சுரண்டி, இந்தியாவின் பாரம்பரியக் கைவினைத் தொழில்களை அழித்து, லட்சக்கணக்கான உழைப்பாளர்களின் வாழ்வாதாரத்தை இழக்கச் செய்தது.

சர்வதேச அளவில் தொழிலாளர் இயக்கம் புதிய உத்வேகம் பெற்றிருந்த அந்த நேரத்தில், இந்தியாவிலும் தொழிற்சங்கங்கள் ஒருங்கிணைந்தன.

19ஆம் நூற்றாண்டின் பிற்பகுதியில், மும்பை, கல்கத்தா, சென்னை (மதராஸ்) ஆகிய இந்தியாவின் பெரிய துறைமுக நகரங்களைச் சுற்றி நவீனத் தொழிற்சாலைகள் உருவாகத் தொடங்கிய பின், ஐரோப்பாவில் நிலவியதைப் போன்ற கடுமையான தொழிலாளர் உழைப்புச் சுரண்டல் இங்கேயும் தொடங்கியது.

20ஆம் நூற்றாண்டின் தொடக்கத்தில், இந்திய தேசியவாத இயக்கம் வலுப்பெற்றபோது, தொழிலாளர்களின் போராட்டங்களும் தேசியவாத உணர்வுடன் பிரிக்க முடியாதபடி ஒன்றாகக் கலந்தன. ஆங்கிலேய ஆட்சிக்கு எதிரான போராட்டங்களில், தொழிலாளர்கள் முன்னணிக்கு வந்தனர். பல்வேறு பகுதிகளில்,

தொழிலாளர்கள் அரசியல் கோரிக்கைகளை முன்வைத்து வேலை நிறுத்தங்களை நடத்தத் தொடங்கினர். இது வெறும் கூலிக்கான போராட்டம் அல்ல! மாறாக ஏகாதிபத்திய அடக்குமுறைக்கு எதிரான அரசியல் எழுச்சி என்பதை உணர்த்தியது.

அந்நிலையில், தமிழகத்திலும் தொழிலாளர்களின் எழுச்சி மிகவும் தீவிரமாக இருந்தது. ஆங்கிலேயர்களின் ஆலைகளில் நிலவிய உழைப்புச் சுரண்டலுக்கு எதிராகத் தொழிலாளர்கள் ஒருங்கிணைந்தனர். இந்த எழுச்சி, தேசியத் தலைவர்களின் தலைமையில் 'சுதேசி' இயக்கத்துடன் இணைந்தது. ஆங்கிலேய நிர்வாகத்தின் கடுமையான அடக்குமுறைகளுக்கு எதிராக, ஆலைத் தொழிலாளர்களுடன் நகராட்சித் தொழிலாளர்கள், துப்புரவுத் தொழிலாளர்கள் உட்பட பல்வேறு உழைப்புப் பிரிவினரும் இணைந்து போராடினர். இது தமிழ்நாட்டில் தொழிற்சங்க ஒற்றுமைக்கு அடித்தளமிட்டது.

இந்தியா முழுவதும் நடந்த 'சுதேசி' இயக்கங்களில் தொழிலாளர்களோடு மாணவர்களும், விவசாயிகளும் இணைந்து, பிரிட்டிஷ் ஏகாதிபத்தியத்திற்கு எதிராகக் களம் கண்டனர். 1917ஆம் ஆண்டில் நடந்த ரஷ்யப் புரட்சிக்கு முன்பே, இந்தியத் தொழிலாளி வர்க்கம் அரசியல் போராட்டங்களில் தீவிரமாகப் பங்கேற்று வந்தது குறிப்பிடத்தக்கது.

1918-ல், இந்தியாவின் முறைப்படுத்தப்பட்ட முதல் தொழிற்சங்கம் சென்னையில்தான் நிறுவப்பட்டது. இதைத் தொடர்ந்து, 1920-ல் அகில இந்திய தொழிற்சங்க காங்கிரஸ் (AITUC) நிறுவப்பட்டது. இது நாட்டின் முதல் தேசிய அளவிலான தொழிற்சங்க மையமாக அமைந்தது.

''ராணுவ அடக்குமுறையும் எதேச்சதிகாரமும் முதலாளித்துவத்தின் ஒட்டிப் பிறந்த பிள்ளைகள். இவற்றை அடியோடு அழித்தொழிப்பதற்கு இந்தியா முழுமையும் தொழிலாளர்கள் ஒன்றிணைந்து போராட வேண்டும்'' என 'ஏ.ஐ.டி.யு.சி.,' அறைகூவல் விடுத்தது.

'ஏ.ஐ.டி.யு.சி.,' உருவானபின், இந்திய சுதந்திரப் போராட்டத்தில் தொழிலாளர்கள் மற்றும் விவசாயிகளின் பங்கு நாளுக்கு நாள் அதிகரித்தது. 'ஒத்துழையாமை இயக்கம்', 'உப்புச் சத்தியாகிரகம்',

'வெள்ளையனே வெளியேறு இயக்கம்', 'பூரண சுதந்திர இயக்கம்' என, அனைத்து முக்கிய தேசியப் போராட்டங்களிலும் இந்தியத் தொழிலாளர் வர்க்கம் வீரஞ்செறிந்த போராட்டங்களை நடத்தியது. நாட்டின் ஒவ்வொரு மூலையிலும் செங்கொடியை ஏந்தி, வர்க்க சிந்தனையுடன் லட்சக்கணக்கான தொழிலாளர்கள் போராடியதால்தான் இந்தியர்களின் சுதந்திரக் கனவு நிதர்சனமானது.

பெரும் முதலாளிகள் வசம் இருந்த தொழிற்சாலைகளின் சுரண்டலுக்கு எதிராகத் தொடங்கிய தொழிலாளர் இயக்கம், கார்ல் மார்க்ஸின் தத்துவார்த்த வழிகாட்டுதலுடனும், சர்வதேசத் தொழிலாளர் அமைப்பின் *(ILO)* ஆதரவுடனும், இந்தியாவில் தேசியவாத இயக்கத்துடனும் இணைந்து, மனித உழைப்பை 'பொருளாதாரச் செயல்' என்ற நிலையிலிருந்து அரசியல் சக்தியாக மாற்றியது. இந்த அரசியல் மயமாக்கல்தான், சுதந்திர இந்தியாவில் முக்கியமான தொழிலாளர் நலச் சட்டங்கள் இயற்றப்படுவதற்கும், சமூக நீதியை நிலைநாட்டுவதற்கும் வழிவகுத்தது.

'தொழிலாளர்களின் நலன் காக்கப்பட வேண்டும், அவர்களின் உழைப்பு, அனைத்து நிலைகளிலும் தொடர்ச்சியாகக் கிடைக்க வேண்டும்' என்கிற தேவையை உலகலாவிய அளவில் பலரும் ஏற்றுக்கொள்ள ஆரம்பித்தார்கள். உழைப்புப் பரிமாற்ற முறையை ஒருதலைப்பட்சமாக்குவதிலிருந்து தடுக்க, போராட தொழிற்சங்கங்கள் பயன்பட்டன.

தொழிலாளர் அமைப்பின் (ILO) முத்தரப்புச் சூத்திரம்

உலகெங்கும் தொழிலாளர்களின் போராட்டங்கள் தீவிரம் அடைந்ததால், சர்வதேச அளவில் செயல்பட்ட தொழிலாளர் இயக்கங்கள் ஒருங்கிணைந்தன. இந்த ஒன்றிணைப்பு, உலக நாடுகளைத் தொழிலாளர் நலன் குறித்துச் சிந்திக்கத் தூண்டின.

முதலாம் உலகப் போருக்குப் பிறகு, உலக அமைதியையும், சமூக நீதியையும் உறுதிசெய்வதில் தொழிலாளர் நலன் ஒரு கருவியாக முக்கியப் பங்கு வகிக்கும் என்பதைப் பல நாடுகள் உணர்ந்தன. இதன் விளைவாக, 1919-ல் சர்வதேசத் தொழிலாளர் அமைப்பு (International Labour Organization - ILO) நிறுவப்பட்டது.

'ஐ.எல்.ஓ.,'வின் தனித்துவமான மற்றும் அடிப்படை அம்சம் அதன் 'முத்தரப்புச் சூத்திரம்' (Tripartite Formula) ஆகும்.

அதன்படி, 'ஐ.எல்.ஓ.,'வின் முடிவுகள், கொள்கைகள் மற்றும் சர்வதேசத் தொழிலாளர் சங்கங்கள் அனைத்திலும் மூன்று முக்கியத் தரப்பினரின் பிரதிநிதிகள் சம அளவில் பங்கேற்கின்றனர்:

1. அரசுகள் (Governments): உறுப்பு நாடுகளின் பிரதிநிதிகள்.
2. முதலாளிகள் (Employers): முதலாளி அமைப்புகளின் பிரதிநிதிகள்.
3. தொழிலாளர்கள் (Workers): தொழிற்சங்கங்கள் மற்றும் தொழிலாளர் அமைப்புகளின் பிரதிநிதிகள்.

இந்த முத்தரப்பு அமைப்பு, 'தொழிலாளர் நலன் சார்ந்த எந்தவொரு முடிவும் ஒருதலைப்பட்சமாக எடுக்கப்படாமல், சம்பந்தப்பட்ட அனைத்துத் தரப்பினரின் கருத்துகளையும், நலன்களையும் பிரதிபலிக்க வேண்டும்' என்பதை உறுதிசெய்கிறது.

இது, தொழிலாளர்களின் குரல் நேரடியாகக் கேட்கப்படுவதற்கும், அவர்களின் கோரிக்கைகள் சட்டபூர்வமான அங்கீகாரம் பெறுவதற்கும் வழிவகுக்கிறது.

இதன்மூலம், முதலாளிகளால் 'திருடப்பட்ட' உழைப்பின் மதிப்பை மீண்டும் தொழிலாளர்களுக்குக் கிடைக்கச் செய்வதற்கான ஒரு வழிமுறையாக இந்த முத்தரப்புச் சூத்திரம் செயல்படுகிறது.

தொடக்கத்தில், வெறும் பிழைப்பிற்கான போராட்டமாக இருந்த உழைப்பாளர் இயக்கத்தை, 'நியாயமான பங்கு', 'கண்ணியமான வாழ்வு' மற்றும் 'சட்டபூர்வ உரிமைகளுக்கான அரசியல் போராட்டம்' என இது மாற்றியது.

மேலும், குழந்தைத் தொழிலாளர் தடை, நியாயமான வேலை நேரம், குறைந்தபட்ச ஊதியம், பாதுகாப்பான பணிச்சூழல், தொழிற்சங்கம் அமைக்கும் உரிமை போன்ற பல உரிமைகளுக்கான சர்வதேசத் தரங்களை 'ஐ.எல்.ஓ.,' உருவாக்கி, உறுப்பு நாடுகள் அவற்றைப் பின்பற்றுமாறு அறிவுறுத்தியது. இச்சட்டங்கள், தொழிலாளர் நலன் இனிமேல் முதலாளிகளின் விருப்பு வெறுப்புகளுக்கு உட்பட்டதல்ல, மாறாக, மனித கண்ணியத்தின் அடிப்படை உரிமை என்பதை உறுதிப்படுத்தின.

உழைப்பு முறை மாற்றம் – கணினி வருகை

கணினி வன்பொருள் (Hardware) மற்றும் மென்பொருள் (Software) வேலைகள் தமிழ்நாட்டின் உழைப்புச் சந்தையில் ஏற்படுத்திய மாற்றங்கள் ஏராளம்.

கணினி வரவுக்குப் பிறகு, மென்பொருள் உருவாக்கம், தரவு பகுப்பாய்வு, இணைய வளர்ச்சி, 'நெட்வொர்க்' மேலாண்மை, வன்பொருள் உற்பத்தி மற்றும் பராமரிப்பு உள்ளிட்ட புதிய துறைகள் வேகமாக வளர்ந்தன. இவை பெரும்பாலும் அறிவார்ந்த மற்றும் திறன் சார்ந்த வேலைவாய்ப்புகளை உருவாக்கின. பொறியாளர்கள், கணினி அறிவியல் பட்டதாரிகளுக்கு அதிக எண்ணிக்கையில் வேலைவாய்ப்புகள் கிடைத்தன.

குறிப்பாக, தகவல் தொழில்நுட்பத் துறையில் வேலை செய்தவர்கள் மற்ற துறைகளை விட அதிக ஊதியம் பெற்றனர். இதனால், ஒரு புதிய, பொருளாதார ரீதியில் வலுவான, நடுத்தர வர்க்கங்கள் உருவாகின. இது குடும்பங்களின் பொருளாதார நிலையை உயர்த்தி, கல்வி, ஆரோக்கியம் போன்ற துறைகளில் மேலும் முதலீடு செய்ய உதவியது.

கணினிமயமாக்கலால் வங்கிகள், அலுவலகங்கள் போன்றவற்றில் தட்டச்சர்கள், கோப்பு எழுத்தர்கள் போன்ற பலரின் வேலைகள்

குறைந்தன. கணினி சார்ந்த வேலைகளுக்குச் சிறப்புப் பயிற்சி தேவைப்பட்டதால், அதற்குத் தயாராகாத தொழிலாளர்கள் வேலை இழக்கும் நிலையும் ஏற்பட்டது.

தகவல் தொழில்நுட்பத் துறை, புதிய வேலை வாய்ப்புகளை அதிக ஊதியத்தோடு தந்தாலும், அது பாரம்பரியத் தொழிற்சாலை வேலைகள் வழங்கிய சில ஆழமான, உணர்வுபூர்வமான பலன்களைத் தொழிலாளர்களுக்குக் கொடுக்கத் தவறியது.

ஐ.டி. துறையில் பணிபுரிந்தோர், 'நான் ஒரு மென்பொருள் பொறியாளர்' அல்லது 'தரவு ஆய்வாளர்' போன்ற புதிய அடையாளங்களைப் பெற்றாலும், அவர்களுக்கான சுயமரியாதை மற்றும் நோக்கம் என்பது பெரும்பாலும் தனிப்பட்ட சாதனைகள், பணி உயர்வு, அல்லது திட்ட வெற்றி என்பவற்றுடன் மட்டுமே பிணைக்கப்பட்டிருந்தது. தங்கள் உழைப்பு சமூகத்திற்குப் பெரிய அளவில் பங்களிக்கிறது என்ற உணர்வு அவர்களில் பெரும்பாலானோரிடம் குறைவாகவே இருந்தது.

தகவல் தொழில்நுட்ப நிறுவனங்களின் திட்டங்கள் பெரும்பாலும் வணிக லாபத்தை நோக்கியே அமைந்திருந்ததால், தங்கள் பணிக்கு ஒரு பெரிய சமூக நோக்கம் இருப்பதாக அத்துறையில் உணரும் வாய்ப்பு பலருக்குக் கிடைக்கவில்லை.

அதேபோல், 'ஐ.டி.,' துறை பணியிடங்களில் சமூகத் தொடர்புகள் இருந்தபோதும், அவை ஆழமான பிணைப்புகளை உருவாக்குவதில் சவால்களைச் சந்தித்தன. கடுமையான போட்டி, அடிக்கடி மாறும் திட்டங்கள், குழுக்கள் கலைக்கப்படுவது மற்றும் தொலைதூரப் பணிச்சூழல் ஆகியவை சக ஊழியர்களுடனான உள்ளார்ந்த சமூகப் பிணைப்பைக் குறைத்தன.

இதனால், தொழிற்சங்கங்கள் ஏற்படுத்திய 'கூட்டுணர்வு', 'நாம் அனைவரும் ஒன்று' என்ற உணர்வு, மற்றும் ஒரு பொதுவான போராட்டத்தின் வழியாக உருவான 'சகோதரத்துவம்' ஆகியவை 'ஐ.டி.,' துறையில் அரிதாகவே இருந்தன. தனிப்பட்ட திறமையே முதன்மைப்படுத்தப்பட்டதால், கூட்டுச் சக்தியின் பாதுகாப்பு உணர்வு அத்துறையில் இல்லாமல் போனது.

சுருக்கமாகச் சொன்னால், தகவல் தொழில்நுட்ப வேலைகள் பொருளாதார ரீதியாக வளமான வாய்ப்புகளை வழங்கியபோதும்,

சமூகப் பாதுகாப்பு, கூட்டு அடையாளம், மற்றும் உழைப்பின் மூலம் கிடைக்கும் ஆழ்ந்த சமூகப் பங்களிப்பு உணர்வு போன்ற அம்சங்களில் ஒரு வெற்றிடத்தையே உருவாக்கின.

இந்த வெற்றிடமானது, பணத்துக்கு அப்பால் மனித உழைப்புக்குக் கிடைக்கும் உளவியல், சமூகவியல், மற்றும் உணர்வுபூர்வமான பலன்களை 'ஐ.டி.,' பணியாளர்கள் சில சமயங்களில் இழக்கவோ அல்லது குறைவாக உணரவோ காரணமானது.

'உழைப்பு'
இழந்த மனித உணர்வுகளின் பயணம்

உணவின் வாசனையை விலைபேச முற்பட்ட அந்தக் குட்டிக் கதையிலிருந்து, மனித உழைப்பின் மதிப்பையும் அதன் பரிமாற்றச் சிக்கலையும் நாம் புரிந்துகொண்டோம் அல்லவா!

பணம் இல்லாத பண்டமாற்று உலகில் தொடங்கிய இந்தச் சிக்கல், தொழிற்சாலைகள் உருவானபோது மேலும் ஆழமானது.

ஒருபுறம் முதலாளித்துவத்தின் பிறப்பு, பெரும் செல்வத்தையும், புதிய தொழில்நுட்பங்களையும், நகரமயமாக்கலையும் தந்தது. பெரும் பணமுள்ள முதலாளிகள் தொழிற்சாலைகளை உருவாக்கி, தொழிலாளர்களின் உழைப்புச் சக்தியைக் கூலிக்கு வாங்கி, அதில் கிடைக்கும் கூடுதல் லாபத்தைத் தமக்கே உரியதாக்கிக்கொண்டார்கள்.

ஆரம்பகாலத் தொழிற்சாலைகளில் கடும் சுரண்டல் நிலவினாலும், தொழிலாளர்கள் தங்களுக்குள் கூட்டமைத்து, தொழிற்சங்கங்கள் வழியாகப் போராடினர். இந்தப் போராட்டங்கள் வெறும் கூலிக்காக மட்டுமல்லாமல், பணிப் பாதுகாப்பு, நியாயமான பணிநேரம், விடுமுறைகள் மற்றும் கண்ணியமான பணிச்சூழல் போன்ற உரிமைகளுக்காகவும் இருந்தன.

இதன் மூலம், ஒரு புதிய சமூக அடையாளம், சுயமரியாதை, மற்றும் ஒரு பொதுவான இலக்கு நோக்கிச் செயல்படும் கூட்டுணர்வு ஆகியவற்றை தொழிலாளர்கள் வென்றெடுத்தனர். தங்கள் வியர்வையின் மூலம் ஒரு பொருளை உருவாக்கும்போது கிடைத்த சாதனை உணர்வும், சக ஊழியர்களுடனான சமூகப்

பிணைப்பும், பணத்திற்கு அப்பாற்பட்ட உளவியல், சமூகவியல் ஆறுதலை அவர்களுக்குத் தந்தன.

ஆனால், கணினியின் வருகை, இந்த உழைப்புச் சூழலை மீண்டும் புரட்டிப் போட்டது. கணியின் வருகையால் உருவான தகவல் தொழில்நுட்பத் துறை, அதிக ஊதியம் தரும் புதிய அறிவுசார் வேலைவாய்ப்புகளை உருவாக்கியதும், பொருளாதார ரீதியாக வலுவான நடுத்தர வர்க்கத்தை உருவாக்கியதும் உண்மை.

ஆனால், இங்கு பணிபுரிந்தவர்கள், தொழிற்சங்கங்கள் மூலம் போராடிப் பெறப்பட்ட கூட்டுப் பேரம் பேசும் சக்தி, முறையான பணிப் பாதுகாப்புச் சட்டங்கள், அல்லது ஒரு வலுவான சமூகப் பிணைப்பு போன்றவற்றை இழந்தார்கள். தனிப்பட்ட ஒப்பந்தங்கள், கடுமையான போட்டி, நிரந்தரமற்ற பணிச்சூழல்கள் மற்றும் வேலை நீக்கம் குறித்த அச்சம் ஆகியவை இந்தத் துறையின் மறைக்கப்பட்ட சவால்களாக மாறின.

பாரம்பரியத் தொழிலாளர் பணிக்குக் கிடைத்த கூட்டு அடையாளம், சமூகப் பங்களிப்பு உணர்வு, மற்றும் கூட்டுச் சக்தியின் பாதுகாப்பு ஆகியவை, 'ஐ.டி.,' துறையில் தனிநபர் சாதனைகளாகவும், மெல்லிய சமூகத் தொடர்புகளாகவும் சுருங்கிப் போயின. பணம் அதிகமாய்க் கிடைத்தாலும், உழைப்பின் மூலம் மனிதன் அடைந்த ஆழ்ந்த உளவியல் மற்றும் சமூகப் பங்களிப்பு உணர்வுகளில் ஒரு வெற்றிடம் உருவாகியிருப்பதை இக்காலகட்டம் நமக்கு உணர்த்துகிறது.

ஆகவே, காலந்தோறும் மனித உழைப்பின் தன்மை மாறிக்கொண்டே வந்திருக்கிறது. ஒவ்வொரு மாற்றமும் ஒருபுறம் பொருளாதார முன்னேற்றத்தையும், புதிய வேலை வாய்ப்புகளையும் வழங்கினாலும், மறுபுறம் மனித உழைப்பிலிருந்து அழிந்துபோகும் அல்லது மறைக்கப்படும் சில முக்கியமான மனித உணர்வுகள் மற்றும் சமூகப் பிணைப்புகளின் இழப்பைப் பிரதிபலிக்கிறது.

இந்தப் புரிதல்களோடு அடுத்த கட்டமான 'டிஜிட்டல்' பொருளாதாரம் *(Digital Economy)*, செயற்கை நுண்ணறிவு *(AI)*, பொருட்களின் இணையம் *(LOT)*, மற்றும் நெட்வொர்க்கிங் *(Networking)* காலமான இன்றைய காலத்திற்கு நாம் அடியெடுத்து வைப்போம்.

பகுதி 3

ஏ.ஐ., எனும் செயற்கை நுண்ணறிவு

நமது உரையாடலில் இதுவரை கடந்த 3000 ஆண்டு வரலாற்றிலிருந்து 'மனித உழைப்பு' குறித்த செய்திகளை அங்குமிங்கும் சேகரித்து, அவற்றைக் கோத்து, மின்னல் வேகத்தில் பேசி முடித்திருக்கிறோம்.

அடுத்து நிகழ்காலம் பற்றியும் எதிர்காலம் குறித்தும் கொஞ்சம் நிதானமாகவும் ஆழமாகவும் பேசப்போகிறோம்.

இன்று, இணைய பெருக்கம் மற்றும் செயற்கை நுண்ணறிவு தொழில்நுட்பம் குறித்து உலகம் முழுவதும் பல்வேறு கருத்துகள் நிலவுகின்றன. "ஏ.ஐ., தொழில்நுட்பத்தால் உழைப்பே தேவையில்லாத உலகம் வருங்காலத்தில் சாத்தியமாகிவிடும்" என, சிலர் இசைபாடுகிறார்கள்.

"இல்லை, இல்லை. அனைத்தும் பறிபோகும்" என, சிலர் எச்சரிக்கை மணி ஒலிக்கிறார்கள்.

எனவே, 'ஏ.ஐ.,' தொழில்நுட்பம் குறித்த சிலரின் இசை பாடுதலிலும், சிலரின் எச்சரிக்கை மணியிலும் உள்ள உண்மை, அந்த இரண்டு விதக் கணிப்புக்கும் இடையே, ஏதோ ஓரிடத்தில் ஒளிந்திருக்கிறது.

உண்மை ஒளிந்திருக்கும் அந்த இடத்தை நோக்கி நம்மால் இப்போது நகர முடிகிறதா என்பதுதான் சவால். அந்தச் சவாலை நோக்கிய பயணமே இனி நாம் பேசப்போவது. அதற்குப் புதிய தொழில்நுட்பங்கள் கொண்டுவந்துள்ள புதிய வேலைகள் குறித்தும், அதன் பண்புகள் குறித்தும், இவை மனித உழைப்புப் பரிமாற்றத்தில் எப்படியான மாறுதல்களை உருவாக்கும் என்பதைக் குறித்தும் அறிந்துகொள்ளுதல் அவசியம்.

‘பிளாட்ஃபார்ம்’ வேலைகள்

முன்பு, வேளாண்மைக் காலத்தில், மனிதர்களின் உழைப்பை வானத்து சூரியனும் இரவின் நிலவும் நிர்ணயம் செய்தன. இன்றுகூட வேளாண்மைத் தொழில் இப்படித்தான் நடந்து கொண்டிருக்கிறது. பொழுது துவக்கத்தில் வேலை ஆரம்பித்து, உச்சிவெயில் வந்ததும் நிறுத்திவிடுவார்கள். பின்னர் பொழுது சாயும் நேரத்தில் மீண்டும் தொடங்கி மாலையில் முடிப்பார்கள்.

ஆனால், தொழிற்புரட்சிக் காலத்திற்குப் பிறகு, நேரம் காட்டும் கடிகாரங்கள் மனிதர்களின் உழைப்பை நிர்வகிக்கத் துவங்கின. கடிகார முட்களின் சுழற்சிக்குள் சிக்கித் தவித்த தொழிலாளர்களின் நிலையைச் சரிசெய்யவே பல்வேறு தொழிலாளர் நலச் சட்டங்கள் இயற்றப்பட்டன.

இன்று நாம் வாழும் காலம், தொழிற்புரட்சிக் காலத்தை விடவும் தனித்துவமான, ஆழமான மாற்றங்கள் நிகழ்ந்து கொண்டிருக்கும் காலம். மனித வரலாற்றிலேயே முதன்முறையாக, ‘ஏ.ஐ.,’ எனும் செயற்கை அறிவு ‘அல்காரிதம்’களின் கீழ் மனிதர்கள் பணிசெய்ய ஆரம்பித்துள்ளனர். மனிதர்களின் உழைப்பு, இந்த ‘அல்காரிதம்’களின் துல்லியமான கணிப்புக்கும், கணக்கிற்கும், வேகத்திற்கும் ஈடு தர வேண்டிய நிலை இப்போது உருவாகியுள்ளது.

தகவல்களை மின்னல் வேகத்தில் பரிமாற உதவும் இணையத் தொடர்பு, பல கோடி செய்திகளை ஒரு நொடிப் பொழுதில் பிரித்து வகைப்படுத்தும் கணினிகள், கேட்கப்படும் கேள்விகளுக்கு தன்னிடம் உள்ள தரவுகளை ஆய்ந்து, அறிவுமிக்க வகையில் பதிலளிக்கும் 'அல்காரிதம்'கள்- என, இவை அனைத்தும் இணைந்து, பற்பல தொழில்களை உருவாக்கியும், இயக்கியும் வருகின்றன.

நினைத்த நேரத்தில் பயணிக்க வேண்டிய வாகனம், வீட்டிலிருந்தே நகரத்தின் எந்த மூலையிலிருந்தும் வரவழைக்கக் கூடிய உணவுப்பொதி, ஒரு பொத்தானை அழுத்தினால் வீடு தேடி வரும் பொருட்கள் என,-இவை யாவும் மாயாஜாலம் போல 'மொபைல்' செயலி வாயிலாக இயங்கும் தொழில்கள்தான்.

இரண்டு அல்லது அதற்கும் மேற்பட்ட குழுக்களிடையே தொடர்புகளை ஏற்படுத்தும், இடைநிலை 'டிஜிட்டல்' கட்டமைப்புகளே இந்தத் தொழில்களின் அடிப்படை. அதனால், இவற்றை 'பிளாட்ஃபார்ம்' வேலைகள் என்கிறார்கள். இந்த வேலைகளை வழங்கும் பொருளாதாரத்தை 'பிளாட்ஃபார்ம்' பொருளாதாரம் என்கிறார்கள்.

இன்று, பல லட்சம் நபர்கள் 'மொபைல்' செயலியை மையமாக வைத்து உருவான நிறுவனங்களில் வேலை செய்கிறார்கள். அவர்கள் 'வேலை செய்கிறார்கள்' எனச் சொல்வது சரியான சொற்பதம் அல்ல என்பதே உண்மை. இந்த நிறுவனங்களில் அவர்கள் நிரந்தர ஊழியர்களல்ல. அவர்கள் செய்கிற வேலைகளுக்கு நாம் அழைக்கின்ற பெயர் கூட பகுதி நேர வேலை *(Gig / Platform)* என்பதுதான்.

ஆனால், இந்தப் பகுதி நேர வேலைதான், பலரின் முழுநேர வாழ்வாதாரமாகவும் இன்று மாறியுள்ளது. இப்படி முழுநேரமாக மாற்றப்பட்ட பகுதி நேர தொழிலாளர்களுக்கு முறையான ஊதியம் கிடையாது, ஓய்வூதியம் கிடையாது, வேலைகளை விடுத்து ஓய்வதற்கான உரிமை இல்லை, வேலை நேரக் கட்டுப்பாடுகள் இல்லை.

மிக முக்கியமாக, அவர்கள் செய்கிற வேலை, 'அல்காரிதம்'களின் துல்லியமான கண்காணிப்பு மற்றும் கட்டுப்பாட்டின் கீழ்

நடைபெறுகிறது. இந்த வேலை 'டிஜிட்டல்' காலத்துத் தொழில். இந்தத் தொழிலாளர்களுக்கெனத் தனித்துவச் சவால்கள் உள்ளன. இவர்கள் எதிர்கொள்ளும் சவால்களை சட்டபூர்வமாகச் சமாளிக்க, தனித்துவச் சட்டங்கள் பல நாடுகளில் இல்லை என்பதே உண்மை.

அது மட்டுமல்லாது இந்தச் சேவையை நுகர்கின்ற நுகர்வோர்களிடம், இந்த வேலைகள் எப்படி நடக்கின்றன, எப்படி செய்து முடிக்கப்படுகின்றன என்பதைப் பற்றிய ஆழமான புரிதல் இல்லை. உதாரணமாகச் சொல்லவேண்டுமென்றால். 'ஆன் லைன்' மூலமாகப் பொருட்களைத் தேர்வு செய்து 'ஆர்டர்' செய்தால், அந்தப் பொருட்களை நமது வீட்டிற்கு வரவழைக்கும் செயலியை மையப்படுத்தி நடக்கும் தொழிலைக் குறித்துச் சிறிது அலசுவோம்.

இணையத்தில் ஒரு பொருளை வாங்கும் அனுபவம் இன்று நமக்குப் பழக்கமான ஒன்றாகிவிட்டது. *'Buy Now'* என்ற எழுத்துருவை கைபேசியில் அழுத்தினால் போதும், சில மணி நேரத்தில் அல்லது சில நாட்களில் அந்தப் பொருள் நம் வீட்டின் வாசலுக்கு வந்து சேரும். அந்தப் பொருள் நம் கையில் வந்து சேரும் வரை, "உங்கள் பொருள் எடுக்கப்பட்டுள்ளது, பொதியிடப்படுகிறது, வந்துகொண்டிருக்கிறது, உங்கள் ஊருக்குள் வந்துவிட்டது, இதோ வந்து சேர்ந்துவிட்டது" என, அந்த நிறுவனத்தின் செயலிகள், நமக்குத் தொடர்ந்து செய்திகளை அனுப்பிக்கொண்டே இருக்கும். இது ஒரு சாகசமாகவே தோன்றுகிறது. ஆனால், அந்த சாகசம் சாத்தியமாக்கப்படுவதற்குப் பின்னால், நாம் அறியாத மாபெரும் மனித உழைப்பு இருக்கிறது.

அந்த உழைப்பைச் செய்பவர்கள் 'கிடங்கு ஊழியர்கள்'. இன்றைய மொழியில் இதை *'Warehouse'* என்று அழைக்கிறார்கள். ஒரு நிறுவனம், தன் பொருட்களை வாடிக்கையாளர்களிடம் அனுப்பும் வரை பாதுகாப்பாக வைத்திருக்கும் மிகப் பெரிய கட்டடமே இந்த *"Warehouse'* எனும் கிடங்கு. நாம் இணையத்தில் வாங்கும் அனைத்துப் பொருட்களும் இத்தகைய கிடங்குகளில் சேமித்து வைக்கப்படுகின்றன. இந்த இடங்கள் சிறிய அறைகள் அல்ல; சில சமயம் ஒரு கால்பந்து மைதானத்தின் அளவு இருக்கக்கூடிய பரந்த கட்டடங்கள். அதில் ஆயிரக்கணக்கான பொருட்கள் வரிசைக்கிரமமாக ஒழுங்குபடுத்தி வைக்கப்பட்டிருக்கும்.

இந்தக் கிடங்குகளில் வேலை செய்யும் ஊழியர்கள் கையில் ஒரு சிறிய 'ஸ்கேனர்' இருக்கும். நாம் இணையத்தில் செய்யும் 'ஆர்டர்'கள், அந்த 'ஸ்கேனர்' வாயிலாக, அங்கு பணியில் உள்ள ஊழியர்களுக்குக் கட்டளையாக வந்துசேரும்.

உதாரணமாக, ஒரு ஊழியருக்கு வரும் கட்டளை இவ்வாறு இருக்கும்: *'D4'* ஷெல்ஃபில் செல் எண் *234 A* பொருள் எடு. 'ஸ்கேன்' செய்து, தொட்டியில் வை."

அந்த ஊழியர், அந்தக் கட்டளையைப் பின்பற்றி, கிடங்கின் பரந்த வழித்தடங்களில் ஓடிச்சென்று, பொருளைக் கண்டுபிடித்து எடுக்கிறார். அவர் எடுத்த பொருளை 'ஸ்கேனர்' மூலம் பதிவு செய்வார். அந்த 'ஸ்கேன்' மூலம் கணினி, "இந்தப் பொருள் எடுத்துவிடப்பட்டது" என்று தானாகவே உறுதிப்படுத்திக் கொள்கிறது.

இப்படி ஒவ்வொரு செயலும் கணினியின் கட்டுப்பாட்டில் நடக்கிறது. 'ஊழியர் எவ்வளவு நேரம் எடுத்தார், எவ்வளவு வேகமாகச் செய்தார், ஏதேனும் தவறு நடந்ததா-?' என, அனைத்தும் கணினியில் பதிவு செய்யப்படும். அந்தப் பதிவுதான் அவர்களின் சம்பளத்தையும் நிர்ணயிக்கும்.

இந்தக் கிடங்குகளில் இருந்து எடுக்கப்பட்ட பொருட்கள், முறையாகப் பொதி செய்யப்பட்ட பிறகு, அந்தக் குறிப்பிட்ட வாடிக்கையாளரின் முகவரிக்கு அனுப்பப்பட வேண்டும். இதுதான் அடுத்த கட்டமான 'டெலிவரி'.

இந்தக் கட்டத்தை நிறைவேற்றுவது 'டெலிவரி' நபர்கள். பெரும்பாலான நிறுவனங்கள் இதற்காகத் தங்கள் சொந்த வாகனங்களையோ அல்லது ஒப்பந்த அடிப்படையில் வேலை செய்யும் ஓட்டுநர்களையோ வைத்து, இந்த 'டெலிவரி' வேலையைச் செய்துமுடிக்கின்றன.

ஆனால், இந்த வேலை சாதாரணமாக ஒரு பொருளை எடுத்துச் சென்று கொடுக்கும் வேலை அல்ல. மிகச் சிறப்பான முறையில் கணினியின் கட்டுப்பாட்டில் கட்டமைக்கப்பட்ட நுட்பமான வேலை. -

ஒரு பொருளை கிடங்கில் *(Warehouse)* இருந்து எடுத்தவுடனே, அந்த ஓட்டுநர், தனது கைபேசி செயலியில் *'Item picked up'* என,

'கிளிக்' செய்கிறார். அவர் 'கிளிக்' செய்த அடுத்த நொடியில், அந்தப் பொருளை வாங்கவிருக்கும் வாடிக்கையாளருக்கு "உங்கள் பொருள் டெலிவரிக்காக எடுத்துக்கொள்ளப்பட்டது" என்ற குறுஞ்செய்தி வந்துசேரும்.

அதன்பிறகு தொடங்குகிறது *'Route Optimization'* எனப்படும் கணினி வேலை. 'எங்கே செல்ல வேண்டும்? எந்த வழியாகச் செல்ல வேண்டும்? எத்தனை நிமிடங்களில் அங்கு சென்று சேர வேண்டும்? எந்த வாடிக்கையாளரிடம் முதலில் கொடுக்க வேண்டும்?' என, இதையெல்லாம் அந்த ஓட்டுநர் தீர்மானிக்க அனுமதியில்லை. கணினியே முடிவு செய்யும். அனைத்தும் செயலி வழியாகக் கட்டளைகளாக வந்துசேரும்.

இந்தக் கட்டளைகள் துல்லியமானதாக இருக்க வேண்டுமென்றால், ஓட்டுநர் எந்த நேரத்தில் எங்கு இருந்தார், அவர் எவ்வளவு நேரம் ஓரிடத்தில் தங்கினார் என்பதெல்லாம் தொடர்ந்து கண்காணிக்கப்பட வேண்டும். அதற்காகவே, ஓட்டுநரின் செயலியில் 'ஜி.பி.எஸ்., *(GPS)* என்ற, 'தடங்காட்டி' தொடர்ந்து செயல்பட்டு, குறிப்பிட்ட நிறுவனத்தின் கணினி மையத்திற்குத் தகவல்களை அனுப்பிக்கொண்டே இருக்கும். அந்தக் கணினியின் மென்பொருள், அந்த ஓட்டுநர் தனது வேலைக்கு ஏற்றவாறு செயல்படுகிறாரா என்பதைத் தொடர்ந்து கண்காணித்து, கணக்கிடுகிறது.

சில விஷயங்களை எளிதாகப் புரிந்துகொள்ளலாம்:

ஓர் இடத்துக்குச் சென்றுசேர 15 நிமிடம் எடுத்திருக்க வேண்டிய ஓட்டுநர், 20 நிமிடம் எடுத்திருந்தால், அதற்கான காரணம் ஏன்?

ஒரு பொருளைக் கொடுத்துவிட்டு, அடுத்த இடத்திற்குச் செல்லவேண்டும் என்பதில் ஏன் தாமதம்?

இதுபோன்ற கேள்விகளை அந்த ஓட்டுநரிடம் ஒரு 'அல்காரிதம்' கேட்கிறது. மனித மேற்பார்வையாளர் அல்ல!

அந்த 'அல்காரிதம்'தான், ஓட்டுநரின் வேலை நேரத்தையும், செயல்திறனையும் அளவிட்டு, அவருக்கான சம்பளத்தையும் தீர்மானிக்கிறது.

இவ்வாறு, ஓர் ஓட்டுநர், பொருட்களை தனது வாகனத்தில்

ஏற்றி, தனியாகச் சென்றுகொண்டிருந்தாலும், அவர் தனியாக இல்லை. நொடிப்பொழுதுகூட அயராத ஒரு கணினியின் கண்காணிப்பில் அவர் பணிசெய்துகொண்டிருக்கிறார்.

அதிலும் முக்கியமானது, இந்தத் தகவல்கள் அனைத்தும் சேமிக்கப்படுகின்றன. 'அந்த ஓட்டுநர் எந்த நேரத்தில் எங்கு இருந்தார்? எத்தனை நிமிடத்தில் பொருட்களை வாடிக்கையாளரிடம் கொடுத்தார்? வாடிக்கையாளர் வீட்டிற்கு வெளியே எவ்வளவு நேரம் காத்திருந்தார்?' என, இதுபோன்ற துல்லிய தகவல்களை வைத்து, மறுநாள் ஒரு செயற்கை அறிவு 'AI' அமைப்பு கற்றுக்கொள்ளும். அது கற்றுக்கொண்டு, அடுத்த முறை அதே முகவரிக்குச் செல்ல வேறு ஓட்டுநரோ அல்லது ஏற்கனவே சென்றவரோ பயணிக்கும் பட்சத்தில், 'எந்த வழி சிறந்தது? எந்த நேரம் சிறந்தது? காலையா, மாலையா? எப்படிச் செயல்பட்டால் அந்த வேலையை இன்னும் வேகமாக முடிக்கலாம்?' என்பதைக் கற்றுக்கொண்டு அதன்படி வழிகாட்டும்.

‘டிஜிட்டல்’ துப்புரவுப் பணியாளர்கள்

‘Ai’ காலத்தை அடுத்து புதிதாகப் பிறந்துள்ள தொழில் ‘உள்ளடக்கக் கண்காணிப்பாளர்கள்’ *(Content Moderators).*

இன்று நாம் பயன்படுத்தும் *‘YouTube’*, *‘Facebook’* உள்ளிட்ட சமூக வலைதளங்களில் பகிரப்படும் செய்திகள், பதிவுகள், காணொலிகள் மற்றும் புகைப்படங்களை பயனீட்டாளர்களுக்கு ஏற்ற வகையில் அருவருக்கத்தக்க காட்சிகளை, செய்திகளை கட்டுப்படுத்துதலே இந்தப் பணி.

இணைய வெளியில் பாலியல் சீண்டல், வன்முறை, மத வெறுப்பு, இனவெறி, தீவிரவாத மற்றும் பயங்கரவாத புகைப் படங்கள் மற்றும் காணொலிகள் போன்றவற்றைத் தடுத்து நிறுத்துவதே இவர்களின் வேலை. ஒரு நிர்வாணப் புகைப்படத்தை பதிவேற்றினால் அதை மற்றவர்களுக்குக் காட்டாமல் மறைப்பதும் இவர்களின் வேலையே.

சமூக வலைதளங்கள் அறிமுகம் செய்யப்பட்ட ஆரம்ப காலத்தில் அவை வளர்ந்து வந்தபோது, வன்முறை, பாலியல், மதவெறி, பொய்ச் செய்திகள் போன்ற தகவல்களும் பரவலாகப் பகிரப்பட்டன. ‘இதை எப்படித் தடுக்க வேண்டும் என்ற சிந்தனையோடு ஆராய்ந்து உருவாக்கப்பட்டதே இந்த ‘உள்ளடக்கக் கண்காணிப்பாளர்கள்’ *(Content Moderators)* தொழில்.

இணையத்தில் பதிவேற்றப்படும் ஒவ்வொரு பதிவையும் வாசித்து, காணொலிகளைப் பார்த்து, 'அவை பொதுவெளியில் பகிரத் தகுந்ததா?' என ஆய்வு செய்கின்றனர் இந்த 'உள்ளடக்க கண்காணிப்பாளர்கள்' எனும் பணியாளர்கள்.

நாம் ஒரு பதிவை சமூக வலைதளத்தில் இட்டதும், அது உடனடியாகத் தோன்றுவதுபோல் தோன்றினாலும், உண்மையில் அது ஒரு மனிதரின் பார்வைக்குச் சென்றுதான் அங்கு பதிவாகிறது. இந்த வேலையைச் செய்பவர்கள்தான் 'உள்ளடக்கக் கண்காணிப்பாளர்கள்.'

இவர்களின் பணி, பதிவேற்றப்படும் ஒவ்வொரு பதிவையும் வாசித்து, அது பொதுவெளியில் பகிரத்தகுந்ததுதானா என்பதைத் தீர்மானித்து, அதற்குரிய குறிச்சொற்களை *(Tags)* இடுவது.

உதாரணமாக, ஒரு காணொலிக்கு 'வன்முறை' *(Violence)* அல்லது 'வெறுப்புப் பேச்சு' *(Hate Speech)* என அவர்கள் குறியிடுவார்கள். இப்படி மிக வேகமாக வாசித்து, மின்னல் வேகத்தில் காணொலிகளைக் கண்டு, அதற்குத் தீர்ப்பெழுத வேண்டும். இப்படி அடையாளப்படுத்திய பதிவுகளைக் கொண்டுதான் செயற்கை நுண்ணறிவு எனும் *'AI'* க்கு முதன்முதலில் பயிற்சி அளிக்கப்பட்டது.

ஒரு காணொலியில் என்னென்ன காட்சிகள் இருந்தால் அதை 'வன்முறை' என்று வகைப்படுத்த வேண்டும் என்பதை இந்த மனிதர்கள் அளித்த தரவுகளிலிருந்துதான் *'AI'* கற்றுக்கொண்டது. இன்று இந்த வேலையை *'AI'* செய்வதாகக் கூறப்பட்டாலும், அவற்றிற்குக் கற்றுக்கொடுப்பவர்களும், தொடர்ந்து அவற்றின் முடிவுகளைச் சரிபார்ப்பவர்களும் மனிதர்கள்தான்.

இந்த மனிதர்கள் பெரும்பாலும் கென்யா, இந்தியா, பிலிப்பைன்ஸ் ஆகிய நாடுகளின் ஏதோ ஓர் மூலையில், மூச்சுத் திணற வைக்கும் அறைகளில் இருந்து இந்தப் பணியைச் செய்து கொண்டிருப்பார்கள். இந்த வேலை சுலபமானதல்ல.

பொதுவெளியில் யாரும் பார்க்க விரும்பாத, வாசிக்க விரும்பாத சமூக வன்முறை, பாலியல் வன்முறை, குழந்தை வன்கொடுமை உள்ளிட்ட காணொலிகளை தினமும் பார்க்க வேண்டிய கட்டாயத்தில் இவர்கள் இருக்கிறார்கள். இப்படிப்பட்ட

காட்சிகளையும், எழுத்துகளையும் தொடர்ந்து பார்ப்பதால் இவர்களுக்கு மனச்சோர்வு, மனப்பதற்றம் *(Anxiety, Depression)*, அதிர்ச்சிக்குப் பிந்தைய மன அழுத்தக் குறைபாடு *(PTSD)* உள்ளிட்ட பல்வேறு மனநலப் பாதிப்புகள் ஏற்படுகின்றன. ஒரு காணொலியை அடையாளம் காண அவர்களுக்கு அளிக்கப்படும் நேரமும் மிகக் குறைவு. தொடர்ந்து பார்த்துக்கொண்டே இருக்க வேண்டும்.

இவர்களை 'டிஜிட்டல்' துப்புரவுப் பணியாளர்கள் என்று கூறலாம். நாம் பார்க்கும் சமூக வலைதளங்கள் 'சுத்தமாக' இருக்கின்றன என்றால், அதன் பின்னால், யாரோ சிலர் அந்தக் குப்பைகளைத் துடைத்திருக்கிறார்கள். 'டிஜிட்டல்' குப்பையை இவர்கள் தினமும் துடைத்துக்கொண்டே இருப்பதால், மனநிலை பாதிப்புக்கு ஆளாகும் இவர்களுக்கு, மிகக் குறைந்த கூலியே வழங்கப்படுகிறது. இந்தத் துப்புரவுப் பணியாளர்கள் இல்லாமல் *'AI'* இயங்காது. சமூக வலைதளங்களும் தூய்மையாக இருக்காது. வெறுப்புப் பேச்சாலும், பாலியல் வன்முறை காணொலிகளாலும் ஒருவருக்கு ஒருவர் அடித்துச் செத்துக்கொண்டிருந்திருப்போம்.

ஒரு விஷயத்தைத் தேடி, இணையத்தில் ஒரு பொத்தானை நாம் அழுத்தும் அந்த நொடியிலிருந்து, நமக்கு அதற்கான 'தொகுப்புகள்' வந்து சேரும்வரை, அனைத்தும் ஒருவித மந்திரமாய், எளிதாய்த் தோன்றுகின்றன.

ஒரு பதிவை சமூக வலைதளத்தில் பதிவேற்றம் செய்ததும் நொடிப் பொழுதில் திரையில் தோன்றி, பொதுவில் பகிரப்படுகிறது. இந்த வேலைகளெல்லாம் ஒரு பொத்தானை அழுத்தியதும் அதுவாக நடப்பதுபோலத் தெரிந்தாலும், இந்த வேலைகளுக்குப் பின்னால், பல்லாயிரம் மனிதர்கள் இருக்கிறார்கள். மறைக்கப்பட்டிருக்கும் இந்த மனிதர்களும், அவர்களின் உழைப்பும் நம் கண்களுக்குத் தெரிவதில்லை.

ஊபரை இயக்கும் செயற்கை நுண்ணறிவு

நீங்கள் ஒரு சாலை ஓரத்தில் நின்று, உங்கள் கைபேசியில் 'ஊபர்' *(Uber)* செயலியைத் திறந்து *'Ride'* என அழுத்தும் நொடியில், திரைமறைவில் உங்களுக்காக ஒரு பெரிய இயந்திரம் வேலை செய்யத் தொடங்குகிறது. அதுதான் செயற்கை நுண்ணறிவு *(AI)*.

நீங்கள் *'Ride'* என அழுத்திய அந்த நேரத்தில், உங்களைப் போன்றே *'Ride'* பொத்தானை அழுத்திய பயணிகள் அதிகமாகவும், ஓட்டுநர்கள் குறைவாகவும் இருக்கும்பட்சத்தில், செயற்கை நுண்ணறிவு *(AI)* உடனே விலையை உயர்த்துகிறது. இதை 'சார்ஜ் பிரைசிங்' என்கிறார்கள். இந்த திடீர் விலை உயர்வு மொத்த பயணிகளையும் சற்றே யோசிக்க வைக்கும். அதே நேரத்தில், விலை அதிகம் என்றாலும் பரவாயில்லை என நினைக்கும் ஒரு வாடிக்கையாளருக்கு அருகே எந்த ஓட்டுநர் வாகனத்துடன் இருக்கிறாரோ, அந்த ஓட்டுநருக்கு "அங்கு செல்வது லாபகரம்" என்று, செயற்கை நுண்ணறிவு *(AI)* சைகை அனுப்புகிறது. இதன் வாயிலாகச் சில நிமிடங்களில் சந்தை மீண்டும் சமநிலையை அடைய உதவுகிறது.

ஒரே பகுதியில் மூன்று ஓட்டுநர்களும், நான்கு வாடிக்கையாளரும் இருந்தால், யாருக்கு யாரை இணைக்க வேண்டும் என்பதையும் *(AI)* தான் முடிவுசெய்கிறது. வாடிக்கையாளர் இருக்கும் இடத்திலிருந்து ஓட்டுநர் எவ்வளவு தூரத்தில் உள்ளார்? ஓட்டுநரின் பழைய

அனுபவம் எப்படி? அடிக்கடி பயணத்தை ரத்துசெய்கிறாரா? எந்த வழியில் வாடிக்கையாளரிடம் ஓட்டுநர் விரைவாகப் போய்ச் சேர முடியும்? இவை அனைத்தையும் சில வினாடிகளில் கணித்து, வாடிக்கையாளரையும், ஓட்டுநரையும் இணைத்துவிடுகிறது.

வாகனம் கிளம்பியதும், தொடர்ந்து போக்குவரத்து நிலையை *(AI)* பகுப்பாய்வு செய்கிறது. எந்தச் சாலையில் போக்குவரத்து நெரிசல், எந்தச் சாலையில் அடைப்பு, எந்தத் தெரு வெறிச்சோடி இருக்கிறது என்பதைத் தெரிந்து, சிறந்த பாதையை ஓட்டுநருக்கு முன்மொழிகிறது. இதனால் நேரமும் எரிபொருளும் சேமிக்கப்படுகிறது.

(AI) வெறும் பாதை மட்டும் காட்டுபவனல்ல. அது காவலாளி போலவும் செயல்படுகிறது. சந்தேகமான கணக்குகள், போலி ஜி.பி.எஸ்., இயக்கங்கள் போன்றவற்றையும் கண்டறிகிறது. பயணப் பாதையில் ஏதேனும் அசாதாரணம் நடந்தால் உடனடியாக எச்சரிக்கை விடுக்கிறது. அவசர காலங்களில் *'SOS'* பொத்தானை அழுத்தினால், காவல் நிலையத்திற்கோ, மருத்துவமனைக்கோ உடனே தகவல் அனுப்பும் வசதியும் இதில் உள்ளது.

மேலும், அடுத்த ஒரு மணி நேரத்தில் எந்த இடத்தில் அதிக பயணிகள் கூடுவார்கள், எந்த இடத்தில் அதிக ஓட்டுநர்கள் தேவைப்படுவார்கள்? விமான நிலையமா? இசை நிகழ்ச்சியா? அலுவலக நேர சாலை அடைப்பா? இதையும் *'AI'* முன்கூட்டியே கணித்து, ஓட்டுநர்கள் அங்கே செல்ல வழிகாட்டுகிறது.

ஆக, நீங்கள் *'Ride'* என்பதைக் 'கிளிக்' செய்வதற்கு முன்பே, உங்கள் பயணம் எப்படி நடக்க வேண்டும் என்பதைத் தீர்மானித்துக் கொண்டிருக்கும் திரைமறைவு இயக்குநர்தான் செயற்கை நுண்ணறிவு. விலையை நிர்ணயிப்பதிலிருந்து, வாடிக்கையாளர் மற்றும் ஓட்டுநரின் பாதுகாப்புவரை ஒவ்வொரு நொடிக்கும் வழிகாட்டுகிறது

மேலும், யாரை, எப்போது, எங்கு ஓட்டுநர் அழைக்க வேண்டும், யாரை யாரோடு இணைக்க வேண்டும், வண்டி எந்தப் பாதையில் செல்ல வேண்டும் - இவை அனைத்தையும் தீர்மானிப்பது *'AI'* தான். ஓட்டுநர்களுக்குத் தாங்களாக முடிவெடுக்கும் சுதந்திரம் மிகக் குறைவு.

“நாங்கள், ‘AI’ இன் இமைமூடா கண்களுக்குக் கட்டுப்பட்டு வாகனத்தை ஓட்டிக்கொண்டே இருக்க வேண்டும்” என்று, ஊபர் ஓட்டுநர்கள் கூறும் வாக்கியமே அவர்களின் நிலையைச் சித்தரிக்கிறது.

இந்தச் செயற்கை நுண்ணறிவால் மனச்சுமையும், வேலைக்கான சுதந்திரமின்மையும் இயல்பாக ஓட்டுநர்களின் தோள்களில் சுமையாய் விழுகிறது. இன்று பெரும்பாலான ஊபர் ஓட்டுநர்களிடம் இதை நம்மால் நேரடியாகவும் காண முடிகிறது

செயற்கை நுண்ணறிவு (AI) அறிவு பெற்றது எப்படி?

இன்றைய காலம் 'டிஜிட்டல்' யுகம். செயற்கை நுண்ணறிவுக் காலம். அறிவு என்பது இங்கு செயற்கையாகச் செயல்படுகிறது என்கிற அதிர்ச்சியும் வியப்புமே இன்று நம்மிடமிருந்து வெளிப்படுகிற உணர்வாக உள்ளது. "எப்படி இவ்வளவு அருமையாக 'AI' படம் போடுகிறது, எப்படி இவ்வளவு விரைவாகத் தகவல்களைத் தருகிறது?" என்பதே நமக்குள் இருக்கும் பெரும் கேள்வியும் ஆச்சர்யமும்.

மேலும், இந்த வியப்பை அளிக்கும் இந்தச் செயல்திறன் கொண்ட இந்தத் தொழில்நுட்பம், ஏதோ சில மனிதர்களால் உருவாக்கப்பட்ட 'அல்காரிதம்'களால் உருவானது என்கிற புரிதலே நம்மிடம் உள்ளது. குறிப்பாக, "அல்காரிதம்களால் மட்டுமே 'AI' செயல்படுகிறதா?" என்கிற கேள்வியை இன்னும் கூர்மைப்படுத்தி, உள் நுழைந்து கவனித்துப் பார்த்தால், அதற்குள் 'இயந்திரக் கற்றல்' என்ற நுட்பம், இலைகளுக்குள் மறைந்து கிடக்கும் காய்போல் ஒளிந்துகிடக்கிறது. இந்த 'இயந்திரக் கற்றல்' குறித்துச் சிறிது அலசுவோம்.

இந்த 'இயந்திரக் கற்றல்' (*Machine Learning*) என்பதுதான் இந்த செயற்கை நுண்ணறிவு தொழில்நுட்பத்தின் அடிப்படை. அதாவது 'இயந்திரம் கற்றுக் கொள்கிறது' எனச் சொன்னாலும், 'அதற்கு கற்றுக் கொடுக்கப்படுகிறது' எனச் சொல்வதுதான் சரி.

'ஓர் இயந்திரம், தனது விருப்பத்திற்காகவும், தன் அறிவைப் பெருக்கிக்கொள்வதற்காகவும் கற்றுக்கொள்கிறது' என்பது போன்ற புரிதலை இந்தச் சொற்றொடர் நமக்குள் உருவாக்குகிறது. ஆனால், இந்த இயந்திரங்களுக்குக் கற்றுக்கொடுத்தல் என்பது மிகக் கடினமான பணி. பல லட்சம் மனிதர்களின் உழைப்பு இதற்குத் தேவையாக உள்ளது என்பதே உண்மை.

சிறு குழந்தைக்குக் கற்றுக்கொடுத்தலை நினைவுபடுத்திப் பாருங்கள். "இது மாடு" என ஒரு குழந்தைக்குச் சுட்டிக் காட்டினால், மாடு வடிவ பொம்மையைப் பார்த்தாலோ அல்லது வேறு நிறத்தோடு கூடிய மாட்டைப் பார்த்தாலோ, "இது மாடு" என மனிதக் குழந்தை சொல்லிவிடும். இதுதான் மனித கற்றல்.

ஆனால் 'இயந்திரங்கள் கற்றல்' எனச் சொல்கிறார்களே, அது என்னவென்றால், இயந்திரங்களுக்குள் பொருட்களின் வடிவங்கள், நிறங்கள், எழுத்துகளை வகைப்படுத்தி வைத்துக்கொள்ளக்கூடிய திறன் கொண்ட 'அல்காரிதம்'கள் இயங்கிக்கொண்டிருக்கும். அந்த 'அல்காரிதம்'களுக்கு ஏற்ற உள்ளீடுகளை அளிக்க வேண்டும். அப்படி அளித்து, "இது மாடு", "இது கார்", "இது போக்குவரத்து சமிக்ஞை" போன்றவற்றைப் புகைப்படங்களாக, காணொலிகளாக அளிக்க வேண்டும்.

'சாட் ஜிபிடி'யிடம் 'பறை' இசைக்கருவியின் புகைப்படத்தைத் தருமாறு கேட்டுப் பாருங்கள், அதனால் தர இயலாது. ஆனால், பறையிசை குறித்துப் பக்கம் பக்கமாகச் செய்திகளை அள்ளித் தரும்.

பறை என்பது ஒரு முகம் கொண்ட தோல் இசைக் கருவி. தோலை இழுத்துக் கட்டும் மற்ற பறைகளைப் (தவில், மிருதங்கம், தபேலா) போல ஒருமுகப் பறைக்கு கயிறு கிடையாது. மற்ற தோல் பறைகளைப் போல அல்லாமல், தோள்பட்டையிலிருந்து தொங்கப்போட்டு வாசிக்கும் முறையும் ஒருமுகப் பறையில் முற்றிலும் வேறானது. ஒருமுகப் பறையில், இரு குச்சிகளை ஒரே பக்கத்தில் வைத்து இசைக்கும் முறையும் சற்று வித்தியாசமானது.

எனவே, 'சாட் ஜிபிடி'யிடம் பறை குறித்த அனைத்துத் தகவல்களையும் அளித்து, "எனக்கு ஒருவர் பறை வாசிப்பது போல ஒரு படம் வேண்டும்" என்றால், அது தபேலாவை இரண்டு குச்சிகளால் அடிப்பது போலத் தாறுமாறாக ஏதாவது

படங்களைத்தான் தரும். காரணம் -அதற்கு ஒருமுகப் பறை குறித்துக் கற்பிக்கப்படவில்லை.

பறை குறித்துக் கற்பிக்க வேண்டுமெனில், பல ஆயிரம் பறை புகைப்படங்களையும், காணொலிகளையும் அதனுள் அளித்து, "இதுதான் பறை" எனச் சொல்ல வேண்டும். அதை இசைக்கும் முறையைக் குறித்து அதற்குப் பக்கம் பக்கமாகத் தகவல்களை அளிக்க வேண்டும். இதுவரை பறை குறித்து எழுதப்பட்ட அனைத்தையும் அதற்குள் திணிக்க *(Digest)* வேண்டும். யார் இந்தப் பணியை செய்வார்கள்? இயந்திரமே எழுந்து நடந்து, ஒவ்வோர் இடமாகப் பயணித்து, பறை இசைப்பவர்களை பேட்டி கண்டு, இதைச் செய்ய முடியாது.

இயந்திரத்திற்கு, பறையின் பல ஆயிரம் புகைப்படங்கள் வேண்டும். அதை வகைப்படுத்தி, அந்தப் புகைப்படங்களுக்கு '*Labeling*' செய்ய வேண்டும். அப்படிச் செய்தால் மட்டுமே 'சாட் ஜிபிடி' பறை குறித்த அறிவைப் பெறும்.

இந்த '*AI*' உலகத்திலும் பறையிசைக்கு இடமில்லையே என்பது உள்ளத்தை நெருடினாலும் அதற்கும் '*AI*' காரணமல்ல. மனிதர்களே காரணம். '*AI*' க்கு இது பறை எனப் புரியும்படி, பறை சார்ந்த புகைப்படங்களை அளித்து, அதற்கு 'லேபிளிங்' (அடையாளப்படுத்துதல்) எனும் முக்கியப் பணியைச் செய்ய வேண்டும்.

இந்த 'லேபிளிங்' அல்லது அடையாளப்படுத்துதல் என்பது இயந்திரக் கற்றல் தொழில்நுட்பத்தில் மிக முக்கியமான படிநிலை.

'லேபிளிங்' என்றால் என்ன என்பதைச் சற்றே விரிவாகக் காண்போம்.

'லேபிளிங்' என்பது 'ஏ.ஐ., அல்காரிதம்' உள்ளே அளிக்கப்படும் தரவுகளுக்கு உண்டான விளக்கங்களை, பெயர்களை, வகைப்பாடுகளைச் சேர்ப்பது. இப்படிச் சேர்த்தால் அதை ஒரு தரவு தொகுப்பாக வைத்துக்கொள்ளலாம். அந்தத் தொகுப்பில் உள்ள பொதுவான அம்சங்களை 'ஏ.ஐ., அல்காரிதம்' அடையாளப்படுத்தி வைத்துக்கொள்ளும். இப்படித் தொகுத்து வைத்துக்கொண்டு தேவையான நேரத்தில் அவற்றைப் பயன்படுத்திச் செய்ய வேண்டிய காரியங்களைச் செய்வதுதான் செயற்கை நுண்ணறிவு.

எனவே, இந்த அடையாளப்படுத்துதல், இயந்திரக் கற்றலில் எவ்வளவு முக்கியமென எளிதாக விளங்கும்.

யார் இந்த அடையாளப்படுத்தும் வேலையைச் செய்தவர்கள், செய்துகொண்டிருப்பவர்கள்?

இந்த வேலையைச் செய்வோர், 'அடையாளப்படுத்துபவர்கள்' '*Annotators*' என அழைக்கப்படுகிறார்கள்.

இவர்கள் ஒரு பொருளின் பல வகையான புகைப்படங்களோடு, அதன் பெயர்கள் *(Tags)*, விளக்கங்கள் *(Descriptions)*, மதிப்பீடுகள் *(Ratings)*, மொழிபெயர்ப்புகள் *(Translations)*, எடுத்துக்காட்டுப் பதில்கள் *(Example Responses)* இவையெல்லாவற்றையும் அந்தப் புகைப்படங்களோடு இணைக்கிறார்கள்.

இப்படிச் செய்வது நம் குழந்தைகளிடம் சுட்டுவிரலைக் காட்டி, "இது மாடு", "அது பூனை" எனக் கற்றுத்தருவது போலத்தான். ஆனால், மனிதக் குழந்தைக்குச் சொல்லித் தருவதைக் காட்டிலும், பல ஆயிரம் மடங்கு உழைப்பைக் கோரும் வேலை இது.

உதாரணமாக, ஒரு நிறுவனம், தானாக ஓடும் வாகனத்தை உருவாக்கிக்கொண்டு இருக்கிறது என வைத்துக்கொள்ளுங்கள். அந்த வாகனத்தின் *AI*க்கு '*STOP*' சின்னங்களை அடையாளம் காண மனிதர்கள்தான் சொல்லித் தர வேண்டும். அதற்கு பல்வேறு கோணங்களிலும், வெளிச்ச நிலைகளிலும் எடுத்துக்கொண்ட '*STOP*' சின்னங்களின் படங்களைச் சேர்த்து வைக்கிறார்கள். பிறகு, '*Annotators*' என்ற அடையாளப்படுத்துவோர், ஒவ்வொரு '*STOP*' சின்னத்துக்கும் '*STOP*' என்று பெயரிடுகிறார்கள். மேலும், '*STOP*' சின்னத்தின் நிறம் என்ன, அது எவ்வளவு தூரத்தில் இருக்கிறது? என, இதுபோன்ற கூடுதல் தகவல்களையும் சேர்க்கிறார்கள். இந்தத் தரவுகளை வைத்து '*AI*' கற்றுக்கொள்கிறது. அதன்பிறகு, வழிபாதைகளில் உண்மையான '*STOP*' சின்னங்களைத் தெரிந்துகொள்ளத் தயாராகிறது.

இந்த கற்றுக் கொடுத்தல் எனும் மிக முக்கியமான, மிகக் கடினமான, பல லட்சம் மனித உழைப்பைக் கோரும் செயலே, செயற்கை நுண்ணறிவை உருவாக்குகின்றது. நம்மை அசர வைக்கும் செயற்கை நுண்ணறிவுக்குப் பின்னால், பல லட்சம் மனிதர்களின் அயராத உழைப்பு புதைந்துள்ளது என

அறிந்து கொள்ளும்போது, ஆச்சர்யமாகத்தான் உள்ளது. அந்த ஆச்சரியம், 'ஏ.ஐ.,' தொழில்நுட்பத்தின் செயல்பாடுகளையும் விஞ்சியதாக உள்ளது. இப்படி லட்சக்கணக்கான பொருட்களுக்கு, ஆயிரக்கணக்கான புகைப்படங்களுக்குத் தேவையான விவரங்களை அளித்தவர்கள் சாமான்ய மனிதர்களே. ஆனால், எப்படி இதைச் சாத்தியப்படுத்தினார்கள் என்பது தனிக்கதை. அதுவே நாம் அடுத்து வாசிக்கப் போவது.

செயற்கை நுண்ணறிவின் *(AI)* தொடக்கத்தில், தகவல் குறிச்சொற்களை *(Labels)* உருவாக்கும் வேலை, சில வல்லுநர்களால் மட்டுமே செய்யப்பட்டது. உதாரணமாக, ஒரு மொழிபெயர்ப்புச் செயலியின் செயல்பாடுகளுக்கு, மொழியியல் பேராசிரியர்கள் ஆலோசனை வழங்குவது போல. ஆனால் 'ஏ.ஐ.,' தொழில்நுட்பம் வளர வளர, அதைப் பயிற்றுவிக்க பல்லாயிரக்கணக்கான தகவல்கள் தேவைப்பட்டன. எப்படி ஒரு சில நபர்களால் இந்தக் காரியத்தைச் செய்ய முடியும்?

இதற்குப் பல லட்சம் மனிதர்களைப் பணியாளராகத் தேர்வு செய்ய வேண்டும், அவர்களின் உழைப்பிற்குக் கூலியும் தர வேண்டும். பணியாளராக இணைத்தால், அவர்களுக்கு வேலை செய்ய இடம், சாப்பாடு உட்பட மற்ற வசதிகள் செய்து கொடுக்க வேண்டும். இதற்கு மாற்றாக, பல ஆயிரம் தொழிலாளர்களைப் பணியில் நியமிக்காமல், எந்த நிறுவனத்திலும் பணியாளராக அமர்த்தாமல், இந்த வேலையைச் செய்து முடிக்க *'Mechanical Turk' (MTurk)* என்ற குறுக்கு வழியை உருவாக்கினார்கள்.

2005- முதல் 2008 வரையிலான ஆண்டில், 'அமேசான்' நிறுவனம் இந்தப் புதிய அமைப்பை அறிமுகப்படுத்தியது. உலகம் முழுவதிலிருந்தும் உள்ள அடிப்படைக் கல்வி கற்ற மனிதர்களிடம் இந்த *'Data Labeling'* வேலையைக் கொடுப்பதுதான் இதன் நோக்கம். செய்ய வேண்டிய வேலைகளைச் சிறு சிறு பகுதிகளாகப் பிரிப்பது. எளிதில் செய்யக்கூடிய சிறு வேலைகளை பல்லாயிரம் பேர்களிடம் அளிப்பது. இதன் பெயர் *'Crowdsourced Data Labeling'*.

தொழிற்புரட்சிக் காலத்தில், கார்களைத் தயாரிக்க 'அசெம்பிளி லைன்' எனும் முறையை அறிமுகப்படுத்தி, இயந்திரங்களோடு மனிதர்களை இணைத்து வேலை செய்யும் முறையை ஏற்படுத்தினார்களே, அதற்கு ஈடான முறைதான் இது.

'Crowdsourced Data Labeling' வேலை என்னும் செயல், பெரும்பாலும் *'Low-Cost, High-Value'* எனப்படும் தொழில்நுட்பக் கொள்கையின் கீழ் செயல்படுகிறது.

அதாவது, உழைக்கும் நபருக்குக் குறைந்த பணம். ஆனால், அந்த உழைப்பின் மூலம் உருவாகும் மொத்த மதிப்பு- பெரிது. 'அமேசான்' நிறுவனத்தின் *'MTurk'* போல, உலகளாவிய அமைப்புகள் பல உருவாகின.

இந்த அமைப்புகள் வாயிலாக, ஒரு குறிப்பிட்ட பொருளின் ஓர் அடையாளப்படுத்தலுக்கு 2 ரூபாய் முதல் 5 ரூபாய் வரை மிகக் குறைந்த கூலியே அளிக்கப்பட்டது. இந்த வேலையைச் செய்யும் தொழிலாளர்கள்தான், *'AI-'* தொழில்நுட்பத்திற்குக் கண்கொடுக்கிறார்கள். இந்த வேலையைச் செய்ய சிந்தனையும், கவனமும் தேவைப்படும்.

சில அடையாளப்படுத்தும் வேலைகள் மிக நுணுக்கமானவை:

★ ஒரே புகைப்படத்தில் பல அடையாளங்களைக் குறிப்பிட வேண்டி வரலாம்.

★ ஒரு மாட்டின் படம் பார்த்து, 'இது பசு' அல்லது 'காளை' என்று எழுத வேண்டும்.

★ ஓர் ஒலியைக் கேட்டு, 'இது ஆண் குரல்', 'காகத்தின் குரல்' என அடையாளப்படுத்த வேண்டும்.

★ கட்டுரைகள், கதைகளை வாசித்து அதன் உணர்வுத்தன்மையைக் குறிப்பதுகூட இதில் அவசியமாகும்.

இப்படி, இந்தியா, கென்யா, பிலிப்பைன்ஸ், பங்களாதேஷ் போன்ற நாடுகளில் உள்ள தொழிலாளர்களைப் பயன்படுத்தியே, *'AI-'* கற்றுக்கொண்டது; அல்லது கற்கப் பழக்கப்படுத்தப்பட்டது.

இதுவரை 'ஏ.ஐ.,' தொழில்நுட்பம் உருவாக்கிய வேலைகளில் சிலவற்றையும் அதற்கு அறிவு ஊட்டியது எப்படி என்பதையும் சுருக்கமாகப் பேசினோம்.

இனி 'ஏ.ஐ.,' நுட்பத்தால் தொடரப்போகும் பிரச்னைகளும் புதிய சவால்கள் குறித்தும் பேசுவோம்.

ஆழமாகும் பொருளாதார ஏற்றத்தாழ்வு

'ஏ.ஐ.,' உருவாக்கம் என்பது பலரும் இணைந்து செய்த செயலாக்கம் என்பது தெளிவு. அதே வேளையில், எதிர்காலத்தில் 'ஏ.ஐ.,' தொழில்நுட்பம் சார்ந்த வணிகம், மனிதர்கள் இடையேயான பொருளாதார ஏற்றத்தாழ்வை இன்னும் பெரியதாக்கும். அப்படியானவர்களுக்கு இந்த 'ஏ.ஐ.,' நிறுவனங்கள் இலவசமாகவோ அல்லது குறைந்த கட்டணத்திலோ பல சேவைகளை வழங்குகின்றன.

உதாரணமாக, 'கூகிள்' தேடல், 'ஸ்மார்ட்போன் வாய்ஸ் அசிஸ்டென்ட்கள்', 'நெட்ஃபிளிக்ஸ்' பரிந்துரைகள், 'ஸ்பேம்' வடிகட்டிகள் மற்றும் '*ChatGpt*' போன்றவற்றின் மிக அடிப்படையான 'மாடல்' இணையத்தில் கட்டணம் இல்லாத சேவைகளாக அனைவருக்குமானதாகக் கிடைக்கிறது.

ஆனால், இந்தச் சேவைகளுக்கு அப்பால், 'ஏ.ஐ.,' நிறுவனங்களின் முக்கிய வருவாய் ஈட்டும் வழிமுறைகளும் உள்ளன. பொதுமக்களின் மறைமுக உழைப்பால் பயிற்சி பெற்ற தங்கள் 'ஏ.ஐ.,' மாதிரிகளை மற்ற வணிகங்களுக்கு விற்பது அல்லது உரிமம் வழங்குவதுதான் அவற்றின் நோக்கம். இப்படியான வணிகத்தால் உருவாகும் அபார லாபம் சில நிறுவனங்களுக்கும், பங்குதாரர்களுக்கும் மட்டுமே செல்லும் நிலை உருவாகியுள்ளது. இது சமூகத்தில்

ஏற்கனவே நிலவும் பொருளாதாரச் சமத்துவமின்மையை மேலும் அதிகரிக்கக்கூடும் என்ற கவலையை எழுப்புகிறது.

அடுத்து மிக முக்கியமாக தனிநபர்களின் பேச்சு, நடத்தை, விருப்பங்கள், படங்கள் உள்ளிட்ட தனிப்பட்ட தரவுகள் 'ஏ.ஐ.,'க்குப் பயிற்சி அளிக்கப் பயன்படுத்தப்படும்போது, அந்தத் தரவுகளின் மீதான தனிநபரின் கட்டுப்பாடு *(Control)* மற்றும் உரிமை *(Ownership)* பற்றிய அடிப்படைக் கேள்விகள் எழுகின்றன.

'ஏ.ஐ.,' என்பது மனிதகுலத்திற்குப் பல நன்மைகளைக் கொண்டு வரக்கூடிய ஒரு புரட்சிகரமான தொழில்நுட்பம் என்பதில் சந்தேகமில்லை. ஆனால், அதன் வணிக மாதிரிகள் மற்றும் லாபப் பகிர்வு, குறிப்பாக அது எதன் அடிப்படையில் வளர்கிறது என்பதைப் பற்றிய வெளிப்படையான விவாதம் தேவை. இந்தத் தொழில்நுட்பம் உருவாக்கும் மதிப்பையும், அது உருவாகப் பயன்படுத்தப்படும் உழைப்பையும் எவ்வாறு நியாயமாகப் பகிர்ந்தளிப்பது என்பது 'ஏ.ஐ.,' யுகத்தின் முக்கிய சவாலாக உருவெடுத்துள்ளது.

'ஏ.ஐ.,' உருவாக்கம் என்பது பல மனிதர்களுடைய கூட்டு உழைப்பின் விளைவு. 'கூகுள்' தேடல், '*Netflix*' பரிந்துரைகள், '*Voice Assistants*', '*ChatGpt*' இவை அனைத்தும் நமக்கு 'இலவச சேவைகள்' போல காட்சியளிக்கின்றன. ஆனால், அந்த நிறுவனங்களுக்கு உண்மையில் இவை லாபத்தைத் தருகின்றன.

மறைமுக உழைப்பால் உருவான 'ஏ.ஐ.,' மாதிரிகளை மற்ற வணிகங்களுக்கு விற்பதே இவர்களின் நோக்கம். அதில் இருந்து வரும் அபார லாபம் சில பங்குதாரர்களுக்கு மட்டும்தான். சமூகத்தில் ஏற்கனவே நிலவும் பொருளாதாரச் சமத்துவமின்மை இதன்மூலமாக இன்னும் ஆழமடைகிறது.

‘ஏ.ஐ.,’ செய்யும் மாயை

வேலை இழப்பு அல்ல, வேலை மறைப்பு

இணையத்தில் ‘ஏ.ஐ., மூலமாக சாத்தியப்படுத்துகிறோம்’, ‘ஏ.ஐ., மூலம் அதை உருவாக்குகிறோம்’ என, பல கவர்ச்சிகரமான விளம்பரங்களைப் பார்க்க முடிகிறது. ஆனால், இவற்றில் பெரும்பாலானவை போலியானது. பல நிறுவனங்கள் ‘செயற்கை நுண்ணறிவு’ என்ற சொல்லை ஒரு கவர்ச்சியான முத்திரையாக மட்டுமே பயன்படுத்தி, மக்கள் மற்றும் முதலீட்டாளர்களைக் கவரும் யுக்திகளைக் கையாள்கின்றன. இப்படி ‘ஏ.ஐ., பெயரைப் பயன்படுத்திப் பணம் சம்பாதிக்கும் இந்த முறைக்கு ‘ஏ.ஐ., வாஷிங்’ என்று பெயர் வைத்துள்ளனர்.

இந்த ‘ஏ.ஐ., வாஷிங்’ எப்படிச் செயல்படுகிறது, திரைக்குப் பின்னால் உள்ள மனித உழைப்பு எப்படி ‘ஏ.ஐ.,’ ஆக மாற்றப் படுகிறது என்பதைச் சில உதாரணங்களுடன் விரிவாகப் பார்ப்போம்.

ஒரு ‘ஷாப்பிங்’ செயலி, ‘ஏ.ஐ.,’ தொழில்நுட்பத்தால் இயக்கப்படுகிறது என்றும், அதன் மூலம் நாம் விரும்பும் பொருட்களை எந்த ‘ஆன்லைன்’ தளத்தில் இருந்தும் ‘ஆர்டர்’ செய்யலாம் என்றும் பெருமளவு விளம்பரப்படுத்தப்பட்டது.

இது, குறைந்த முயற்சியில், விரைவாக 'ஷாப்பிங்' செய்ய உதவும் ஒரு புரட்சிகரமான 'ஏ.ஐ.,' கருவியாகவும் அந்த நிறுவனத்தால் காட்டப்பட்டது.

உண்மையில், அந்த நிறுவனத்தின் இந்தச் செயலி 'ஏ.ஐ.,' என்ற சிக்கலான அல்காரிதம்களோ அல்லது எந்திரக் கற்றல் திறன்களோ உருவாக்கப்பட்டது அல்ல; அது நூற்றுக்கணக்கான மனித உழைப்பை சார்ந்தே இயங்கியது.

நாம் அந்த நிறுவனத்தின் செயலிக்குள் புகுந்து, ஒரு பொருளைத் தேர்ந்தெடுத்து, 'வாங்குக' என்ற குறியீட்டை அழுத்தியவுடன், அந்த 'ஆர்டர்' குறித்த விபரங்கள் (பொருள், அளவு, நிறம், ஷாப்பிங் முகவரி, கட்டண விபரங்கள்) உடனடியாக. உலகின் பல்வேறு பகுதிகளில், குறிப்பாக இந்தியா, பிலிப்பைன்ஸ், நைஜீரியா, கென்யா போன்ற நாடுகளில் குறைந்த கூலிக்கு அமர்த்தப்பட்ட மனித ஒப்பந்தக்காரர்களுக்கு அனுப்பப்படும். ஒவ்வொரு 'ஆர்டர்' மூலமாகவும் ஒரு தனிப்பட்ட மனிதருக்கு 'டாஸ்க்' ஒதுக்கப்படும். இந்த ஒப்பந்தக்காரர்கள் தங்கள் கணினியில், நாம் 'ஆர்டர்' செய்த குறிப்பிட்ட பொருளை, அவர் குறிப்பிட்ட அசல் சில்லறை விற்பனை தளத்திற்கு (உதாரணமாக, ஒரு பெரிய இ-காமர்ஸ் இணையதளம்) சென்று அவர்களாகவே தேடுவார்கள். சரியான பொருளைக் கண்டறிந்ததும், பயனரின் சார்பாக, செயலியில் கொடுக்கப்பட்ட கட்டண விவரங்களைப் பயன்படுத்தி, 'ஆர்டர்'ஐ செய்வார்கள்.

'ஏ.ஐ.,' என்ற மாயை காரணத்தால், இந்தச் செயல்முறை முழுவதும், பயனர்களுக்குத் தடையின்றி, உடனடியாக நடப்பது போலத் தோன்றும். "ஆஹா! இதுதான் 'ஏ.ஐ.,' செய்யும் மாயாஜாலம், எப்படியான அனுபவம்!" என்று பூரிப்பார்கள். ஆனால், அவர்களுக்குத் தெரியாது, ஆயிரக்கணக்கான கிலோமீட்டர்களுக்கு அப்பால் உள்ள ஒரு மனிதர், திரைக்குப் பின்னால் அவர்களுக்காக 'ஆர்டர்' செய்துகொண்டிருக்கிறார் என்று!

மற்றொரு நிறுவனம், அதன் 'ஏ.ஐ.,' உதவியாளர்' மூலம், தானாகவே புதிய செயலிகளை உருவாக்க முடியும் என்றும், மென்பொருள் உருவாக்கத்தை 'பிஸ்ஸா ஆர்டர்' செய்வது போல எளிதான செயல் என்றும் கூறிக்கொண்டது.

உண்மையில், அந்த நிறுவனம் 'ஏ.ஐ.,' வாயிலாக இயங்குவதாக விளம்பரப்படுத்தப்பட்ட பணிகளைச் செய்ய, நூற்றுக்கணக்கான மனித பொறியாளர்களைக் கொண்டிருந்தது. இந்தப் பொறியாளர்கள் பெரும்பாலும் வெளிநாடுகளில் இருந்து குறைந்த ஊதியத்தில் வேலைக்கு அமர்த்தப்பட்டவர்கள். அந்த நிறுவனத்திற்கான செயலி உருவாக்கப்பட்டு, அது 'ஏ.ஐ.,' மூலமாக உருவாக்கப்பட்டதாக விளம்பரப்படுத்தப்பட்டாலும், உண்மையில் அதன் ஒவ்வொரு அம்சமும் மனிதர்களின் நேரடி உழைப்பால் உருவாக்கப்பட்டதே.

இந்த உதாரணங்கள், 'ஏ.ஐ.,'இன் பெயரால், எப்படி மனித உழைப்பு மறைக்கப்பட்டு, அதன் திறன் மிகைப்படுத்தப்பட்டது என்பதைத் தெளிவுபடுத்துகின்றன. 'ஏ.ஐ.,' ஒரு சக்திவாய்ந்த கருவி என்பதில் சந்தேகமில்லை. ஆனால் அது இன்னும் மனிதர்களின் வழிகாட்டுதல், தரவு மற்றும் மேற்பார்வை இல்லாமல் சுதந்திரமாகச் செயல்பட முடியாது.

சமீபகாலத்தில், 'ஏ.ஐ.,' என்று கூறப்படும் பல சேவைகளுக்குப் பின்னால், குறைந்த கூலிக்கு அமர்த்தப்பட்ட மனிதர்கள், கடினமான, மீண்டும் மீண்டும் செய்யும் பணிகளைச் செய்து வருகிறார்கள் என்பது அம்பலமாகியுள்ளது. இந்த மனிதர்களின் உழைப்பை ஒருங்கிணைத்து, அதற்கு ஒரு கவர்ச்சியான தொழில்நுட்ப முகமூடியை 'ஏ.ஐ.,' என்ற சொல்லால் அலங்கரிக்கிறார்கள். இது, மனித உழைப்பின் மீதான புரிதலையும், அதன் மதிப்பையும் குறைத்து மதிப்பிட்டு, உழைக்கும் மக்களுக்கு அநீதி இழைக்க வழிவகுக்கிறது.

ஆகவே, 'ஏ.ஐ.,' பெயரைப் பயன்படுத்தி நடக்கும் இந்த 'ஏ.ஐ.,' 'வாஷிங்' குறித்த விழிப்புணர்வு மிக அவசியம். தொழில்நுட்பத்தின் முன்னேற்றத்தைப் பாராட்ட வேண்டிய அதே வேளையில், அதன் பின்னால் உள்ள மனித உழைப்பைப் புரிந்துகொள்வதும், அதை அங்கீகரிப்பதும், அந்த உழைப்பிற்கான நியாயமான பலன்களை உறுதி செய்வதும், 'ஏ.ஐ.,' யுகத்தின் முக்கிய சமூகப் பொறுப்பாகும். 'ஏ.ஐ.,' காலத்தின் எச்சரிக்கையாக இன்று நாம் கவனிக்க வேண்டியது, வேலை இழப்பு அல்ல, வேலை மறைப்பு.

‘AI’ சிந்தனையைக் கட்டுப்படுத்தும்

செயற்கை நுண்ணறிவு என்பது மனித அறிவைப் போன்றது என்கிற புரிதலோடு பல கட்டுரைகளும் கருத்துகளும் வெளிவருகின்றன. மனித அறிவு என்பது நம் மூளைக்குள் இருக்கும் படைப்பின் ரகசியம் என்கிற நம்பிக்கைகளைக் கொண்டவர்கள், செயற்கை நுண்ணறிவையும் அப்படியானதாக நம்பக்கூடும். ஆனால், அது அப்படியானது அல்ல. யூகிக்கும் திறனை அதற்குக் கற்றுக்கொடுத்ததும், அந்தத் திறனை மேம்படுத்தியதும் நாம்தான். மனிதர்கள்தான் செயற்கை நுண்ணறிவைச் சாத்தியப்படுத்தியுள்ளார்கள்.

இந்த ஆழமான புரிதலே, இன்றைய ‘டிஜிட்டல்’ மற்றும் செயற்கை நுண்ணறிவுக் காலத்தில், மனித உழைப்பின் முக்கியத்துவத்தைப் புரிந்துகொள்ளத் தேவையான, மிக அடிப்படையான ஒன்று. இந்தப் புரிதல்தான் செயற்கை நுண்ணறிவை அரசியல் கண்ணோட்டத்தில் பகுத்தறிய நமக்கு உதவும்.

“ஏ.ஐ., அப்படித்தான் சொல்கிறது. எனவே, ஒன்றும் செய்ய இயலாது” என்கிற ஒரு சூழல் உருவாகும் காலத்தில், “அது ஏன் அப்படிச் சொல்கிறது? அதற்குக் கற்றுக்கொடுத்தது யார்? இப்படி முடிவெடுக்கப் பழக்கியது யார்?” என்கிற கேள்விகளை, இப்புதிய தொழில்நுட்பங்களை வைத்து, நம்மை அதிகாரம் செய்பவர்களை நோக்கி நாம் எழுப்ப வேண்டும். இல்லையெனில், கேள்விகள் கேட்க முடியாத சக்தியாக செயற்கை நுண்ணறிவு

சித்தரிக்கப்படுவதை நம்மால் உணர முடியாமல் போய்விடும். இந்தப் புரிதல், தெளிவில்லாத சூழலைத் தவிர்த்து, தர்க்க ரீதியாக விவாதிக்க நம்மை வழிநடத்தும்.

செயற்கை நுண்ணறிவு என்பது மனிதர்கள் உருவாக்கிய ஒரு யூகிக்கும் கருவி என்கிற ஆழமான புரிதல் இல்லாமல் சமூகம் இருக்குமானால், நாம் 'மேட்ரிக்ஸ்' போன்றதொரு சூழ்நிலையை எதிர்கொள்ளக்கூடும். 'மேட்ரிக்ஸ்' திரைப்படத்தில், மனிதர்கள் தங்களை அறியாமலேயே இயந்திரங்களின் கட்டுப்பாட்டில் வாழ்வார்கள்.

நிஜ உலகில், 'ஏ.ஐ.,' என்பது ஒரு கருவி. அது, அதற்குள் செலுத்தப்பட்ட தரவுகளின் அடிப்படையில்தான் யூகிக்கிறது. நாம் ஏற்கனவே அளித்த வழிமுறைகளின்படி செயல்படுகிறது. எனவே, இந்தக் கருவியின் உண்மையான இயல்பை நாம் புரிந்துகொள்ளாமல், அதை ஒரு மாய சக்தியாகவோ அல்லது மனித அறிவை மிஞ்சிய ஒன்றாகவோ பார்க்கத் துவங்கினால், சில ஆபத்துகள் நேரலாம்.

'ஏ.ஐ.,' தரும் முடிவுகளை கண்மூடித்தனமாக நம்புவது என்பது, அதன் பின்னே உள்ள மனிதர்களின் சார்புத்தன்மை *(Bias)*, குறைபாடுகள் அல்லது நோக்கங்களை ஆராயத் தவறவிடும். 'ஏ.ஐ.,' ஒரு முடிவைச் சொல்கிறது என்றால், அதுதான் இறுதி உண்மை என்று நம்பும் நிலைக்கு நாம் வரலாம்.

'ஏ.ஐ.,' ஒரு தவறு செய்யும்போதோ அல்லது தவறான முடிவுக்கு வரும்போதோ, "அதுதான் 'ஏ.ஐ.,' எடுத்துள்ள முடிவு" என்று சொல்லி, அதற்கான பொறுப்பை யாரும் ஏற்றுக்கொள்ளாத நிலை உருவாகலாம். 'ஏ.ஐ.,' ஒரு கருவி என்பதால், அதன் செயல்பாட்டிற்கு அதை உருவாக்கிய அல்லது பயன்படுத்தும் மனிதரே பொறுப்பு என்பதை இதன் வாயிலாக மறக்க நேரிடும்.

'ஏ.ஐ.,' தொழில்நுட்பத்தை உருவாக்குபவர்கள் அல்லது கட்டுப்படுத்துபவர்கள், இந்த மாயமான புரிதலைப் பயன்படுத்தி, தங்கள் அதிகாரத்தை நிலைநிறுத்திக் கொள்ளக்கூடும். 'ஏ.ஐ.,' தரக்கூடிய முடிவுகள் கேள்விக்கு அப்பாற்பட்டவை என்று நம்ப வைப்பதன் மூலம், குறிப்பிட்ட குழுக்கள் தங்கள் விருப்பப்படி சமூகத்தையும் பொருளாதாரத்தையும் வடிவமைக்க முயலலாம்.

'ஏ.ஐ.,' தரும் ஆலோசனைகள், அறிவுரைகள் சிறந்து விளங்கும் போது, மனிதர்களின் அனுபவம், உள்ளுணர்வு, தார்மீகச் சிந்தனை போன்ற திறன்கள் புறக்கணிக்கப்படலாம். இது மனித உழைப்பின் மீதான புரிதலையும், அதன் மதிப்பையும் குறைத்து மதிப்பிட வழிவகுக்கும்

ஆகவே, 'ஏ.ஐ.,' என்பது ஒரு சக்திவாய்ந்த கருவி என்பதைப் புரிந்துகொள்வதும், அதை உருவாக்கியவர்கள் மற்றும் பயன்படுத்துபவர்களின் நோக்கங்களை கேள்விக்குட்படுத்துவதும் மிக அவசியம். அப்போதுதான், 'ஏ.ஐ.,' நம்மை அடிமைப்படுத்தும் ஒரு 'மேட்ரிக்ஸ்' ஆக இல்லாமல், மனிதகுலத்தின் நன்மைக்குப் பயன்படுத்தப்படும் துணை சக்தியாக இருக்கும்.

'ஏ.ஐ.,' தொழில்நுட்பத்தை, 'மனித அறிவு' போலவே மக்கள் பார்க்கத் தொடங்கி உள்ளனர். ஆனால் உண்மை என்ன? அதற்குக் கற்றுக்கொடுத்ததும், முடிவெடுக்கப் பழக்கியதும் மனிதர்களாகிய நாம்தாம். ஆகவே, மனிதர்கள் தவறு செய்யும்போது எப்படி கேள்விகள் கேட்கிறோமோ, அதுபோல் 'ஏ.ஐ.,' தவறு செய்யும் போதும், அதை உருவாக்கிய மனிதர்களிடம் கேள்விகள் கேட்க வேண்டும்:

★ அது ஏன் அப்படிச் சொல்கிறது?

★ அதற்கு அப்படிக் கற்றுக்கொடுத்தது யார்?

★ யாருக்கு அதில் லாபம்? யார் வேலை இழக்கிறார்கள்?

இப்படியான கேள்விகளை நாம் கேட்கவில்லையெனில், *'Matrix'* போல, கேள்விக்குட்படாத சக்தியாக 'ஏ.ஐ.,' நமக்கு மேலே அமர்ந்து விடும். அமர்த்தப்பட்டுவிடும்.

‘ஏ.ஐ.,’ பகுப்பாய்வு செய்யும் நலம் காணாது

“டிராக்டர் சாணம் போடுமா?” -

1960களில் இந்திய விவசாயத்தில் இயந்திரங்கள் காலடி எடுத்து வைத்தபோது புகழ்பெற்ற இந்தியப் பொருளாதார நிபுணர் மற்றும் காந்தியப் பொருளாதாரவியலாளர் திரு டி.சி. குமரப்பா *(J.C. Kumarappa)* அவர்கள் எழுப்பிய கூர்மையான கேள்வி இது.

இந்தக் கேள்வி ‘சாணம்’ என்ற உரத்தைப் பற்றியதல்ல.

ஒரு புதிய தொழில்நுட்பம் வந்தால் அது என்னென்ன மாற்றங்களைச் செய்கிறது என்பதைக் குறித்தது. அது விவசாய பெருங்குடிகளின் வாழ்வை எப்படி குலைக்கிறது என்பதைக் குறித்தது. ‘அது என்னைச் சிதைக்கும், என்னை இழக்கச் செய்யும்’ என்பதைக் குறித்த ஆழ்ந்த பார்வை இது. கிராமிய தற்சார்பை அழிக்கும் அபாயத்தை இது நினைவூட்டுகிறது. சூழலியலை பாதிக்கும் விளைவுகளையும் இது சுட்டிக்காட்டுகிறது. இயந்திரங்களின் சார்பை அதிகரிக்கும் எச்சரிக்கையும் இதிலுள்ளது.

ஒருகாலத்தில் ‘டிராக்டர்’ குறித்து எழுந்த அந்தக் குரல்,

இன்று செயற்கை நுண்ணறிவு நம் வாழ்க்கையை ஆட்கொள்ளும் தருணத்திலும் அதேபோல் மீண்டும் ஒலிக்கிறது.

“ஏ.ஐ., என் அழகைப் பார்த்து ‘ஜொல்’ விடுமா? அது எனக்கு ஆறுதல் தருமா? எனக்காகக் கண்ணீர் சிந்துமா?”

இந்தக் கேள்விகள் வெறும் தொழில்நுட்பக் கேள்விகள் அல்ல; இவை நம் மனித உணர்வின் இருப்பு குறித்த கேள்விகள்.

‘ஏ.ஐ.,’ எவ்வளவுதான் அறிவார்ந்ததாக இருந்தாலும், அந்த தொழில்நுட்பத்தால் மனித உணர்வுகளையும், மனிதப் பிணைப்புகளையும், தொடுதல் மூலம் வெளிப்படும் ஆறுதலையும், ஒருவரது கண்ணீரைத் துடைக்கும் அன்பையும் தர இயலுமா? ஒரு மனிதனின் ஆழமான உணர்வுகளை அது ஈடு செய்யுமா?

மனிதனை மனிதனாக்கும் ‘நலம் காணுதல்’ என்பது வெறும் கண்களால் காட்சிகளைப் பதிவு செய்யும் ஓர் உயிரியல் செயல்பாடு மட்டுமல்ல. கணினியின் ஒளிவாங்கி கண்களும் ‘ஏ.ஐ.,’ நுட்பத்தின் ‘அல்காரிதம்’களும் நம்மை விட மிகத் துல்லியமாக ஒரு முகத்தில் உள்ள ‘பிக்சல்’களைப் பகுப்பாய்வு செய்யலாம், உணர்ச்சிகளை அடையாளம் காட்டலாம். ஆனால், இந்த ‘நலம் காணுதல்’ என்பது உணர்வுபூர்வமான மனித பிணைப்பு, ஆழ்ந்த புரிந்துணர்வு.

ஒரு குழந்தை பயத்தில் நடுங்கும்போது, ‘ஏ.ஐ.,’ சிறந்த தீர்வை முன்வைக்கலாம். ஆனால், ஒரு தாய் குழந்தையை அரவணைத்து, “நான் இருக்கிறேன்” என்று சொல்லும் அந்தத் தொடுதலின் ஆறுதலை, அந்தத் தாயின் கண்கள் வெளிப்படுத்தும் அசைக்க முடியாத அன்பை ‘ஏ.ஐ.,’ அறியாது.

ஒரு நண்பர் துயரத்தில் இருக்கும்போது, அவரது கண்ணீருக்குப் பின்னால் உள்ள வலியை நாம் உணர்கிறோம்; அவரது அமைதியில் புதைந்திருக்கும் ஆழமான ஏக்கத்தைப் புரிந்துகொள்கிறோம். இது வெறும் தரவுப் பகுப்பாய்வு அல்ல; இது அனுதாபம். இந்த ‘நலம் காணுதல்’ எனும் உணர்வுபூர்வமான இணைப்பே மனிதனை மனிதனாக்குகிறது.

‘ஏ.ஐ.,’ ஒருவரைப் பகுப்பாய்வு செய்யலாம். ஆனால் ஒருபோதும் முழுமையாக ‘நலம் காண’ முடியாது. ஒருவரின் தனித்துவமான இருப்பை, அவரது அச்சத்தை, கனவுகளை, போராட்டங்களை, முழுமையாக உள்வாங்குவது என்பது மனிதர்களுக்கு மட்டுமே

சாத்தியமான உணர்வுபூர்வமான இணைப்பு. 'ஏ.ஐ.,' நுட்பத்தால் இது முடியாது.

'ஏ.ஐ.,' ஆயிரம் கோடுகளை வரையலாம், லட்சக்கணக்கான வண்ணக் கலவைகளை உருவாக்கலாம். ஆனால், ஒரு மனிதன் வரைந்த கோட்டில் இருக்கும் உள்ளுணர்வு, ஒரு புதிய யோசனையின் பிறப்பில் இருக்கும் எதிர்பாராத தீப்பொறி, சிக்கலான ஒரு பிரச்னைக்கு முற்றிலும் புதுமையான ஒரு தீர்வை உருவாக்கும் துணிச்சல் இவையெல்லாம் தனி மனித படைப்பாற்றலின் தனித்துவமான வடிவங்கள்.

'ஏ.ஐ.,' தரவுகளிலிருந்து கற்றுக்கொள்கிறது; அது ஏற்கனவே இருக்கும் தகவல்களைக் கொண்டு புதியவற்றை உருவாக்கலாம். ஆனால், 'இல்லாத ஒன்றைப் படைத்தல்,' 'மரபுகளை உடைத்து சிந்தித்தல்,' 'பார்வையை மாற்றியமைக்கும் கலை' - இந்தச் சுடர்கள் மனித உள்ளத்தில் மட்டுமே பற்றி எரியும்.

இணையப் பெருங்கடலில் தகவல்கள் கரைபுரண்டு ஓடுகின்றன. 'எது உண்மை, எது பொய்? எது நியாயமானது, எது பாரபட்சமானது?' என்பதை 'ஏ.ஐ.,' ஒரு லட்சம் தரவுகளிலிருந்து நொடிகளில் அலசிக்கொடுக்கலாம். ஆனால், அந்தத் தரவுகளுக்குப் பின்னால் உள்ள நோக்கங்களை, மறைந்திருக்கும் சார்புத்தன்மைகளை, அவற்றின் தார்மீகத் தாக்கங்களை விமர்சனச் சிந்தனையால் மட்டுமே ஆராய முடியும்.

மனித உணர்வுகளுக்குள் பொதிந்து கிடக்கிற ஆளுமை, பாசம், இரக்கம், அனுதாபம், புரிந்துணர்வு, தலைமைத்துவம் இவையெல்லாம் எண்களால் அளவிட முடியாதவை.

'ஏ.ஐ.,' ஒரு மனிதக் குரலின் உணர்வை, ஒரு முக பாவனையின் அர்த்தத்தை வேண்டுமானால் பகுப்பாய்வு செய்யலாம். ஆனால், ஒரு சக மனிதனின் துயரத்தைப் புரிந்துகொண்டு ஆறுதல் அளிப்பது, ஒரு குழுவினரை ஒன்றிணைத்து ஊக்கப்படுத்துவது, கருத்து வேறுபாடுகளைக் கடந்து நல்லுறவுகளை உருவாக்குவது என்ற புரிதலும், நுண்ணறிவுப் பண்புகளும் மனித சமூகத்திற்கே உண்டானது. மனித உறவுகளின் அடித்தளம் இதுதான்.

'ஏ.ஐ.,' எவ்வளவுதான் 'மனிதனைப்போல' பேசினாலும், அதன் பதில்களில் மனித உணர்வின் ஆழம் இருப்பதில்லை.

மனிதர்களுக்கு மனிதர்கள் அளிக்கும் ஆதரவும், புரிதலும், அரவணைப்பும்தான் சமூகப் பிணைப்பைப் பாதுகாக்கும். நம் முன் வரும் பல பிரச்னைகள், கணினியின் வழிமுறைகளுக்கு அப்பாற்பட்டவை. அவை வரையறுக்கப்படாதவை, எதிர்பாராதவை, பல பரிமாணங்களைக் கொண்டவை.

ஒரு புதிய வியாபார உத்தியை வகுப்பது, ஒரு சமூகப் பிரச்னைக்குப் பல தரப்புகளையும் திருப்திப்படுத்தும் தீர்வைக் கண்டுபிடிப்பது, ஒரு நோயின் அரிதான மருத்துவக் காரணத்தைக் கண்டறிவது என, இதையெல்லாம் வெறும் தரவுகளை வைத்து 'ஏ.ஐ.,' நுட்பத்தால் யூகிக்க முடியாது.

வெவ்வேறு துறைகளின் அறிவை ஒன்றிணைக்கும் திறன், எதிர்காலத்தைப் பற்றிய நிச்சயமற்ற சூழலில் துணிச்சலான முடிவுகளை எடுக்கும் ஆற்றல் என, மனிதனின் உள்ளுணர்வு, சிக்கலான தருணங்களில், அவற்றைத் தீர்க்கும் மையமாக விளங்குகிறது. 'ஏ.ஐ.,' நுட்பத்தால் இது எந்தளவிற்கு சாத்தியப்படும்?

என்றாலும், தொழில்நுட்பம் மின்னல் வேகத்தில் மாறுகிறது. இந்த நிலையற்ற சூழலில், புதிய தொழில்நுட்பங்களையும், பணிச் சூழல்களையும் விரைவாகப் புரிந்துகொண்டு, அவற்றுக்கு ஏற்ப நம்மை மாற்றிக்கொள்ளும் தகவமைக்கும் திறன் நமக்கு மிக முக்கியம்.

மேலே நாம் பட்டியலிட்ட மனிதனின் தனித்துவமான திறன்கள் அனைத்தும் எதனாலும் சமன் செய்ய முடியாதவை. இதில் எந்த மாற்றுக் கருத்தும் இல்லை. ஆனால், இங்கு நாம் ஆழமாகப் புரிந்துகொள்ள வேண்டிய ஓர் அம்சம் உள்ளது: படைப்பாற்றல், விமர்சனச் சிந்தனை, நுண்ணறிவு, சிக்கல் தீர்க்கும் திறன், மற்றும் தகவமைக்கும் திறன் - இவையெல்லாம் மனிதர்கள் பிறக்கும்போதே கொண்டுவரும் அடிப்படை உணர்வுகளான பசி, இனப்பெருக்கம், அல்லது ஆபத்திலிருந்து தப்பிப்பது போன்றவை அல்ல.

இவை மனிதர்கள் வளர்ந்து, கல்வி கற்று, வேலைகள் பல செய்து, சக மனிதர்களோடு வாழ்ந்து பழகி, சமூகத்தில் இயங்கி, பல்வேறு சூழல்களில் விளையாடி, பொழுதுபோக்குகளில் ஈடுபட்டு, உறவுகளை வளர்த்துக்கொள்வதன் மூலம் உருவாக்கிக்கொள்ளும் திறன்கள். இன்னும் சுருக்கமாகச் சொல்ல வேண்டுமெனில் -

மனித உழைப்பாலும், அன்றாட வாழ்வின் அனுபவங்களாலுமே இந்த மகத்தான திறன்களை மனிதன் பெற்றுக்கொள்கிறான்.

இங்குதான் செயற்கை நுண்ணறிவு என்ற பெரிய சவால், காலத்தின் முன் கட்டியெழுப்பப்பட்டுள்ளது. ‘ஏ.ஐ.,’ தொழில்நுட்பமானது, மனிதர்கள் தங்கள் திறமைகளை வளர்த்துக்கொள்ளும் அத்தியாவசியமான வேலைகளையும், அனுபவங்களையும் தன் வசப்படுத்தி ‘மறைத்து’ விடுமானால், மனித சமூகத்தின் முன் பெரும் கேள்வி எழும்.

மனித உழைப்பின் மீது ‘ஏ.ஐ.,’ ஏற்படுத்துகிற தாக்கம், இப்படியான தனித்துவமான மனிதத் திறன்களை வளர்த்துக் கொள்ளும் வாய்ப்புகளையே அழித்துவிடுமோ? அல்லது உழைப்பு, விளையாட்டு, பொழுதுபோக்கு என அனைத்து அம்சங்களிலும் மனிதனின் நேரடிப் பங்களிப்பைக் குறைத்து, இந்தத் திறன்கள் இயற்கையாகக் கூர்மையாகும் வழிகளை மூடிவிடுமோ? என்ற அச்சம் மனித சமூகம் முன் நிற்கும் ஒரு முக்கிய சவாலாக இன்று உற்றுநோக்கப்பட வேண்டியிருக்கிறது.

‘செயற்கை நுண்ணறிவு” – கட்டமைக்கப்படும் கட்டுக்கதைகள்

1. ‘ஏஐ.,’ மனிதனை விட அறிவானது:

‘எலான் மஸ்க்’ உள்ளிட்ட பணக்கார நபர்கள், “மனிதர்களை விட ‘ஏ.ஐ.,’ மிகச் சிறந்தது” என்று கூறுவதால், ‘ஏ.ஐ.,-’க்கு மனிதனை மிஞ்சிய உணர்வுபூர்வமான அறிவு இருப்பதாக, தவறாகப் புரிந்துகொள்ளப்படுகிறது.

அதாவது, மனித அறிவை விட ‘ஏ.ஐ.,’ உயர்ந்தது என்ற இந்த நம்பிக்கை, மனித உழைப்பின் மதிப்பைக் குறைக்கப் பயன்படுகிறது. மேலும், ‘ஏ.ஐ.,’ தரக்கூடிய முடிவுகளே ‘சிறந்தது’ என்று காட்டப்பட்டு, மனிதர்களின் அனுபவம் மற்றும் திறன்கள் குறைத்து அளவிடப்படுகின்றன. இதனால், மனித உழைப்பிற்குக் குறைந்த ஊதியம் வழங்கவும், தேவையற்ற தானியங்குமயமாக்குதலை நியாயப்படுத்தவும்தான் இது வழிவகுக்கும்.

ஆனால், உண்மையில் ‘ஏ.ஐ.,-’ என்கிற செயற்கை நுண்ணறிவின் ‘அறிவு’ என்பது மிகவும் குறுகியது. தவிர, குறிப்பிட்ட பணிகளைச் செய்வதற்காக மட்டுமே அது வடிவமைக்கப்பட்டது என்பதால், தரவுகளை அடையாளம் காண்பது, வேகமாகக் கணக்கிடுவது, மற்றும் வரையறுக்கப்பட்ட விதிகளின்படி செயல்படுவது ஆகியவற்றில் மனிதர்களை விடச் சிறந்தது. ஆனால், இதற்கு

உணர்வு, உள்ளுணர்வு, படைப்பாற்றல் அல்லது சொந்த இலக்குகளை அமைக்கும் திறன் கிடையாது என்பதே உண்மை. அதன் 'அறிவு' என்பது மனிதர்களால் வழங்கப்பட்ட தரவுகள் மற்றும் 'அல்காரிதம்'களின் பிரதிபலிப்பு மட்டுமே.

2. 'ஏ.ஐ.,' அனைத்து மனித வேலைகளையும் பறிக்கும்:

'ஏ.ஐ.,' வந்துவிட்டால், அனைத்து மனித வேலைகளும் இல்லாமல் போய்விடும், வேலையின்மை உருவாகும் என்ற அச்சம் திட்டமிட்டுப் பரப்பப்படுகிறது.

உண்மையில், இந்த 'ஏ.ஐ.,' தொழில்நுட்பம், பல பணிகளைத் தானியங்குபடுத்தும் என்பதே நிஜம். எனவே, இதுநாள்வரையில் மனிதர்களால் செய்யப்பட்டுவருகிற சில வேலைகள் முற்றிலுமாக மாற்றப்படும்.

ஆனால், புதிய கண்டுபிடிப்புகள் வாயிலாக, புதிய தொழில் துறைகள் உருவாகி, புதிய வேலைகள் உருவாகும் என்பதையே இதுநாள்வரையிலான தொழில் புரட்சியும், அறிவியல் புரட்சியும் நமக்குச் சான்று பகர்கின்றன.

அதுபோலவே, இனி பெரும்பாலான வேலைகள் 'ஏ.ஐ.,' உடன் இணைந்து செயல்படுவதாக மாறும்; அங்கு மனிதர்களின் விமர்சனச் சிந்தனை, படைப்பாற்றல், உணர்ச்சிசார் நுண்ணறிவு போன்ற திறன்கள் முக்கியத்துவம் பெறும்.

'ஏ.ஐ.,' நுட்பத்தால் 'வேலை இழப்பு' ஏற்படும் என்கிற இந்த 'மாய' பயம், தொழிலாளர்களின் ஊதியத்தைக் குறைக்கப் பயன்படுத்தப்படலாம். மேலும், 'வேலை கிடைக்காததை விடக் குறைந்த சம்பளம் பரவாயில்லை' என்ற நிலைக்கு மனிதர்கள் தள்ளப்படுவார்கள். மேலும், ஊழியர்களுக்குப் பயிற்சி அளிப்பதிலோ அல்லது புதிய திறன்களை வளர்ப்பதிலோ நிறுவனங்கள் ஆர்வம் காட்டாமல், அவர்களை வெறும் உற்பத்தி இயந்திரங்களாகவே பார்க்கும் நிலையை இந்த 'ஏ.ஐ.,' உருவாக்கும்.

3. 'ஏ.ஐ.,'க்கு உணர்வுகள், ஆசைகள் உண்டு:

'ஏ.ஐ.,'க்கும் மனிதர்களைப் போல உணர்வுகள், எண்ணங்கள், ஆசைகள் அல்லது சொந்த விருப்பங்கள் உள்ளன என்று சித்தரிக்கப்படுகிறது.

ஆனால், 'ஏ.ஐ.,' என்பது 'அல்காரிதம்'கள் மற்றும் தரவுகளின் அடிப்படையில் இயங்கும் ஒரு கணினி நிரல். அதற்கு உணர்வுகள், ஆசைகள் அல்லது சொந்த விருப்பங்கள் எதுவுமே கிடையாது. அதன் 'முடிவுகள்' அனைத்தும், பல்லாயிரம் மனிதர்களால் அளிக்கப்பட்ட பயிற்சி மற்றும் தரவுகள் மூலமாகக் கிடைத்த புள்ளியியல் நிகழ்வுகளே தவிர, எந்தவொரு தார்மீக அல்லது உணர்வுபூர்வமான தேர்வு அல்ல.

'ஏ.ஐ.,' ஒரு தவறான முடிவை எடுக்கும்போது (எ.கா: பாகுபாடு காட்டுவது), அதன் மீதே பழியைப் போட்டு, அதன் அல்காரிதத்தை வடிவமைத்த அல்லது அதைப் பயன்படுத்திய மனிதர்கள் தங்கள் பொறுப்பிலிருந்து தப்பிக்க இந்தக் கட்டுக்கதை பயன்படுகிறது.

மேலும், 'ஏ.ஐ.,' தனது சொந்த விருப்பப்படி செயல்படுகிறது என்று நம்ப வைப்பதன் மூலம், அதன் தவறுகளுக்கு அதனால் லாபமடைகிற மனிதர்கள் பொறுப்பேற்காமல் போகலாம்.

4. 'ஏ.ஐ.,' கட்டுப்படுத்த முடியாத சக்தி:

'ஏ.ஐ.,' ஒருமுறை வெளியிடப்பட்டால், அதை மனிதர்களால் முழுமையாகக் கட்டுப்படுத்தவோ அல்லது நிறுத்தவோ முடியாது. இது மனிதகுலத்திற்கு அச்சுறுத்தலாக மாறும் என்று பரப்பப்படுகிறது.

சிக்கலான 'ஏ.ஐ.,' அமைப்புகளைப் புரிந்துகொள்வது கடினமாக இருந்தாலும், அவை அடிப்படையில் மனிதர்களால் வடிவமைக்கப் பட்ட மென்பொருள் நிரல்களே. அவற்றின் வரம்புகளும், திறன்களும் மனிதர்களால்தான் வரையறுக்கப்படுகின்றன, மேலும், மனிதக் கட்டுப்பாட்டின் கீழ்தான் அவை எப்போதும் உள்ளன.

ஆகவே, 'ஏ.ஐ.,' என்பது, ஒரு 'கட்டுப்பாடற்ற சக்தி' என்று விரிக்கப்படும் இந்த வலைப்பின்னல், 'ஏ.ஐ.,' தொழில்நுட்பத்தைக் கட்டுப்படுத்த அல்லது மேற்பார்வையிடச் சட்டம் அல்லது விதிமுறைகள் தேவையில்லை என்று வாதிடப் பயன்படுகிறது.

இது, 'ஏ.ஐ.,' தொழில்நுட்பத்தைக் கையில் வைத்திருப்பவர் களுக்கும், பயன்படுத்துபவர்களுக்கும் முழு அதிகாரத்தைக் குவிக்க வழிவகுத்து, பொதுமக்களுக்கும், தொழிலாளர்களுக்கும் எந்தக் கேள்வியும் கேட்க முடியாத நிலையை எதிர்காலத்தில் உருவாக்கும்.

'ஏ.ஐ.,' வெளியிடும் முடிவுகள் நடுநிலையானவை மற்றும் புறநிலைப்படுத்தப்பட்டவை. 'ஏ.ஐ.,' நுட்பம் தரவுகள் மற்றும் 'அல்காரிதம்'களைப் பயன்படுத்துவதால், அதன் முடிவுகள் முற்றிலும் தர்க்கரீதியானவை, நடுநிலையானவை, மற்றும் மனிதர்களின் சார்புத்தன்மை இல்லாதவை என்று கூறப்படுகிறது.

ஆனால், மனிதர்களால் உருவாக்கப்பட்ட தரவுகளில் இருந்தே 'ஏ.ஐ.,' பயிற்சி பெறுகிறது. இத்தரவுகள் சமூகத்தில் நிலவும் வரலாற்றுப் பாகுபாடுகள், 'ஸ்டீரியோடைப்'புகள் மற்றும் சமத்துவமின்மைகளை உள்ளடக்கியிருக்கலாம். எனவே, 'ஏ.ஐ.,' இந்தச் சார்புத்தன்மைகளைக் கற்றுக்கொண்டு, அவற்றை மேலும் அதிகரிக்க முடியும். உதாரணமாக, வேலைக்கு ஆள் எடுப்பதிலோ அல்லது கடன் வழங்குவதிலோ பாகுபாடு காட்டலாம்.

மேலும், 'ஏ.ஐ.,' எடுக்கும் முடிவுகள் 'நடுநிலையானவை' அல்லது 'நியாயமானவை' என்று கூறி, அதன் மூலமாக நிகழ்த்தப்படும் பாகுபாடுகள் அல்லது அநீதிகளை மறைக்க, இந்தக் கட்டுக்கதை பயன்படுகிறது. இது தொழிலாளர்கள் அல்லது பாதிக்கப்பட்டவர்கள் தங்கள் மீது நிகழ்த்தப்படும் பாகுபாட்டை கேள்வி கேட்பதைக் கடினமாக்குகிறது. மனித மேற்பார்வை இல்லாத 'ஏ.ஐ.,' முடிவுகள், தொழிலாளர்களை வெறும் தரவுப் புள்ளிகளாகக் கருதி, மனிதாபிமானமற்ற பணிச்சூழலை உருவாக்கலாம்.

இந்தக் கட்டுக்கதைகளை உடைப்பதன் மூலமாகவே, செயற்கை நுண்ணறிவு யுகத்தில் மனித உழைப்பின் உண்மையான மதிப்பு, சவால்கள் மற்றும் உரிமைகளைப் பாதுகாக்க முடியும்.

உரிமைப் போராட்டத்திலிருந்து உறவுப் போராட்டத்திற்கு

தொழில்துறைக் காலத்தில் உழைப்பைச் சுற்றிய பிரச்னை மிகவும் தெளிவாக இருந்தது. மனிதன் மனிதனிடம் வேலை செய்தான். அப்போது, ஒடுக்குபவனும் மனிதன்; ஒடுக்கப்படுபவனும் மனிதன். அநியாயம் வெளிப்படையாகத் தெரிந்தது. அதனால், உரிமைக்கான போராட்டங்கள் உருவாகின. போராட்டத்துக்கும் தீர்வுக்கும் முன்னிலையாக மனிதர்களே இருந்தனர்.

அதுவரையில், தன் கைகளால் பொருட்களை உருவாக்கிய மனிதனுக்கும், அவனுடைய உழைப்புக்கும். அவனால் உற்பத்தி செய்யப்பட்ட பொருட்களுக்குமிடையில் புதிய இடைவெளியை உருவாக்கின இயந்திரங்களின் வருகை.

விவசாயி, விதைப்பிலிருந்து அறுவடை வரையிலும் தனது உழைப்பை நேரடியாகக் கண்டவனாக இருந்தான்; கைவினைஞனால் தான் உருவாக்கிய பொருளில் தனது முயற்சியின் முழு வடிவத்தையும் உணர முடிந்தது. ஆனால், தொழிற்சாலைகள் உருவானபோது, இந்த அனுபவம் மாறிவிட்டது. ஒரு பொத்தானை அழுத்தினாலே நூற்றுக்கணக்கான பொருட்கள் தயாரானது. மனித உழைப்பு இயந்திரங்களின் பின்னணியில் மறைந்தது.

இந்த மாற்றம் பல உண்மைகளை வெளிச்சத்திற்குக் கொண்டு வந்தது. தொழிற்சாலைகளில் குழந்தைகள் 12- முதல் 14 மணி நேரம் வேலை செய்தனர்; பெண்களும் ஆண்களும் பாதுகாப்பின்றி

நீண்ட நேரம் உழைத்தனர்; சம்பளமில்லா வேலை, அடிக்கடி நிகழும் விபத்துகள் - இவை முன்னொரு காலத்தில் எளிதில் தெரியவில்லை. தொழில்துறை வளர்ந்தபோது இந்த மறைந்த உழைப்பின் விலையே சமூகத்தின் கவனத்தை ஈர்த்தது. இதுவே தொழிலாளர் உரிமை, குறைந்தபட்ச ஊதியம், பாதுகாப்புச் சட்டம், 8 மணி நேர வேலை நேரம் போன்ற போராட்டங்களுக்கு அடித்தளம் அமைத்தது. தொழிலாளர் உரிமைகள் பின்னர் மனித உரிமை என்ற பரந்த கோட்பாடாக மாறின. இன்றும் 'உழைப்பு' பற்றிய பேச்சு இயல்பாகவே ஒடுக்குமுறைக்கு எதிரான குரலாக, உரிமைக்கான குரலாகவே இருப்பதை நம்மால் எளிதாகக் காண முடியும்.

ஆனால், இன்றைய 'ஏ.ஐ.,' காலம் வேறு பாதையில் செல்கிறது. இங்கு உழைப்பு மறைவதல்ல; மனித உழைப்பு என்ற கருத்தே மங்கிவிடுகிறது. முந்தைய காலத்தில் இயந்திரங்கள் உற்பத்தி செய்தாலும், அவற்றை இயக்க, பராமரிக்க, பழுதுநீக்க மனிதர்கள் அவசியமாக இருந்தனர். இன்று இந்தப் பகுதிகளிலும் தானியக்க முறைகள், குரல் உதவியாளர்கள், 'மெஷின் லெர்னிங்' கணிப்புகள் மனிதர்களின் பங்கைக் குறைத்துவிட்டன. இந்த மாற்றம் சமூக உறவுகளிலேயே நேரடி தாக்கத்தை ஏற்படுத்துகிறது.

முன்னொரு காலத்தில் விற்பனையாளர் - -வாடிக்கையாளர் உறவு, ஒரு மனித உறவாக இருந்தது. கடைக்குச் சென்றால் விலை பேரம் பேசி, மனம் விட்டுப் பேசிக்கொண்டு, நம்பிக்கை உருவாகும். "அந்தக் கடையில்தான் துணி நல்லாருக்கும்" என்ற நம்பிக்கை, பொருளின் தரத்தை விட உறவின் தரத்தைப் பேசியது. அண்ணாச்சி கடை, பாய் கடை, மீசக்கார தாத்தா கடை, பழைய பண்டக் கடை - இவை எல்லாம் மனித முகங்களின் நினைவுகளோடு இணைந்திருந்த உறவுகள். "உங்க அப்பா எப்படி இருக்காங்க?" என்று கேட்கும் கடைக்காரர் ஒருவகை அக்கறையை வெளிப்படுத்தினார். அது ஒரு பொருளாதாரப் பரிமாற்றம் மட்டுமல்ல; நம்மை மனிதர்களாக எடுத்துக்கொள்ளும் ஓர் உறவு.

இன்று அந்த இடத்தை *'Chatbot'*, *'Automated Pricing System'*, *'Rating Algorithm'* போன்றவை பிடித்துவிட்டன. விலைப் பேச்சு இல்லை, நம்பிக்கை இல்லை, மனிதரின் முகம் இல்லை. நம்மிடம் "நீங்கள் எப்படி இருக்கீங்க?" என்று கேட்கும் மனிதர் இல்லாமல்,

"உங்கள் கேள்வியை *'Type'* செய்யவும்" என்ற *'Window'* மட்டுமே இருக்கிறது. முன்னொரு காலத்தில் நாம் வைத்த நம்பிக்கை இன்று *'Rating System'* ஆக மாறிவிட்டது.

இதே மாற்றம் மற்ற துறைகளிலும் நடக்கிறது. கல்வி, மருத்துவம், வங்கி, ஊடகம் - எல்லா துறைகளிலும் மனித சேவைகள் இயந்திர சேவைகளால் மாற்றப்படுகின்றன. இதன் மூலமாக, மனிதன் சீரிய உழைப்பாளியாக இல்லை; தரவு வழங்கும் நபராக மாறிவிட்டான். அவன் உருவாக்குவது பொருள் அல்ல; தகவல். இது ஒரு புதிய பொருளாதார உறவாக உருவெடுத்து வருகிறது.

இப்போது சமூக உறவுகள் குறைந்துவருவதைப் பலர் உணர்கிறார்கள். இந்த நிலையின் அடிப்படைக் காரணம், மனிதர்களுக்கிடையே நடந்த உழைப்புப் பரிமாற்றங்கள் குறைவதும், அந்தப் பரிமாற்றம் குறித்த புரிதல் இல்லாததுமே. ஒருவர் உழைப்பதால் மற்றொருவர் வாழ்கிறார் - இதுவே சமூக அமைப்பின் அடித்தளம். அந்த உழைப்புப் பரிமாற்றம் ஒரு பொருளாதாரச் செயல் மட்டுமல்ல; அது மனிதர்களுக்கிடையேயான ஓர் உறவு. அந்த உறவை இயந்திரங்கள் மாற்றிவிட்டன; இனி 'ஏ.ஐ.,' மூலம். இந்த உழைப்புப் பரிமாற்றத்தை முழுமையாக நிர்வகிக்க முயல்கிறோம். சேவைகள், வணிகம், கல்வி, மருத்துவம் - பல துறைகளில், மனிதர் தொடர்பை மென்பொருளும் அல்காரிதமும் மாற்றுகின்றன. இதனால் மனிதர்களுக்கிடையேயான தினசரி உறவுகள் மெதுவாகக் குறைகின்றன. இந்த மாற்றம் புதிய வகை தனிமையையும் சமூக இடைவெளியையும் உருவாக்குகிறது. மனிதன் நேரடியாக மற்ற மனிதரைச் சந்திக்கும் வாய்ப்பே குறைகிறது.

இந்த நிலைமையில், உழைப்பைப் பற்றிய விவாதம் இனி வேலை நிபந்தனைகள் அல்லது சம்பளத்தை மட்டுமே குறித்து இருக்காது. அதற்கு மேல், உழைப்பு மனிதர்களை எப்படி இணைத்தது, அது சமூகத்தை இணைப்பதில் என்ன பங்கு வகிக்கிறது, மற்றும் மனிதன் மனிதனைச் சந்திக்கும் இடங்கள் எவ்வாறு பாதுகாக்கப்பட வேண்டும் என்ற கேள்விகளையும் கொண்டிருக்கும்.

கடந்த நூற்றாண்டுகளில் மனித உழைப்பைப் பற்றிப் பேசுவது புரட்சிக்காக, உரிமைக்காக, அடக்குமுறைக்கு எதிராக இருந்தது. ஆனால், இனிவரும் நூற்றாண்டுகளில் மனித உழைப்பைப் பற்றிப் பேசுவது, உரிமைக்காக மட்டுமின்றி மனித உறவுகளுக்காகவும் இருக்கும்.

தொடரும் உழைப்பை மறைத்தல்

மனிதர்கள் விசித்திரமான உயிரினம். ஆச்சர்யமான செயலையும், முட்டாள்தனமான பல காரியங்களையும் செய்ய வல்லவர்கள். இப்படி ஆச்சர்யமும் முட்டாள்தனமும் கலந்து நிற்கும் மனிதர்கள், 'தங்களின் உடல் உழைப்பை மறைக்கவும், மறுக்கவும் செய்யக்கூடிய காரியங்களையும் தொடர்ந்து செய்து வந்தார்கள்.

இது மனிதர்களின் இயல்பான குணமா அல்லது திட்டமிட்டு அப்படி பயிற்றுவிக்கப்படுகிறார்களா என்பது தொக்கி நிற்கும் கேள்வி.

வரலாற்றை மேலோட்டமாக மேய்ந்தாலே நமக்கு மிக எளிதாக இது விளங்கும். மனிதர்கள், தங்களின் அளப்பரிய உடல் உழைப்பைக் கொடுத்து கோயில்கள், சாலைகள், வியக்கத்தகும் கட்டுமானங்களை உருவாக்குவார்கள். ஆனால், அவற்றை கட்டியெழுப்புவதற்கு உழைப்பைக் கொடுத்த தொழிலாளிகளின் பெயர்கள், இதர உழைப்பை அளித்தவர்களின் விபரங்களை யாருக்கும் தெரியாது மறைத்தார்கள்.

தொல்லியல் ஆய்வின் மூலமாக, கீழடியில் கண்டெடுத்த பானைகளில் உள்ள கீறல் எழுத்தில் காணப்படும் பெயர்கள், அந்தப் பானையின் உரிமையாளராகத்தான் இருக்க வேண்டுமென

எளிதாக நாம் முடிவு செய்துகொள்கிறோம். 'அந்தக் கீறல், அந்தப் பானையைச் செய்தவரின் கையொப்பமாக ஏன் இருக்கக் கூடாது?' என்கிற எளிமையான சந்தேகம்கூட நமக்கு எழுவதில்லை. இப்படித்தான் காலம் காலமாக நம் சிந்தனை கட்டமைக்கப்பட்டுள்ளது.

இன்றும், பெரிய அளவிலான கட்டுமானங்கள் கட்டப்படும்போது, அதை மறைக்கும் அளவிற்கு பெரிய தடுப்புச் சுவரை உருவாக்கி, அந்தக் கட்டுமானத்தை உருவாக்கும் தொழிலாளர்களையும், அந்தக் கட்டுமானம் உருவாகும் விதத்தையும் மறைத்துதான் வைக்கிறோம்.

ஒரு கட்டுமானத்தை உருவாக்கும் தொழிலாளிகளின் உழைப்பு, அந்த மறைப்புக்குப் பின்னால், மிக ரகசியமாகவே நடந்தேறுகிறது.

இப்படித்தான் பண்டைய பெரும் கட்டுமானங்களும் தொழிலாளர்களை மறைத்து, ரகசியமாகவே கட்டப்பட்டிருக்கும். அதனால்தான், "இது மனிதர்களின் கூட்டுழைப்பால் உருவாக்கப் பட்டது" என்கிற புரிதல் நம் மூளைக்குள் இடம் பெறவே இல்லை.

தஞ்சைப் பெருவுடையார் திருக்கோவிலில், அந்தக் கோவிலை கட்டியெழுப்ப உதவிய பல கலைஞர்கள், தொழிலாளர்கள், மேற்பார்வையாளர்கள் என பலரின் பெயர்கள் கல்வெட்டுகளாகப் பொறிக்கப்பட்டுள்ளன. உலகில் எங்கும் அரிதாகக் காணப்படும் இந்தச் சிறப்பு—கோவிலை உருவாக்கிய மனிதர்களின் பெயர்களே வரலாற்றாகக் கற்களில் பதியப்பட்டிருப்பது—இங்கு தெளிவாக இருக்கிறது. ஆனாலும், இத்தனை மனிதர்களின் உழைப்பும் அறிவும் கல்வெட்டுகளில் நேரடியாகச் சொல்லப்பட்டிருந்தபோதும், இந்தக் கோயில் மந்திர சக்திகளால் கட்டப்பட்டது என்றும், வேற்று கிரக வாசிகளாலும், மனிதர்களல்லாத அதீத சக்தி கொண்டவர்களாலும் உருவாக்கப்பட்டிருக்கலாம் என்றும் கூறும் கதைகளே பெரும்பாலும் பேசப்படுகின்றன. மனித உழைப்பை ஒதுக்கி, அதீத சக்திகளுக்கு இடமளிக்கும் இந்தக் கதைகளே இன்று மேலோங்கி நிற்கின்றன

தஞ்சை பெரிய கோயில் மட்டுமல்ல, எகிப்திய பிரமீடுகளைக் கூட வேற்றுக் கிரகவாசிகளே கட்டியிருக்கக் கூடும் என்கிற நம்பிக்கை இன்றும் பலரால் ஆணித்தரமாக நம்பபப்பட்டு

வருகின்றது. இன்னும் கூர்மையாகச் சொன்னால், இப்படியான யூகங்களே தொடர்ந்து பரவுகின்றன. இந்த யூகங்கள்தான் நம்மிடையே காலம் காலமாக உரையாடப்படுகின்றன, நம்மால் நம்பப்படுகின்றன.

இந்த உடல் உழைப்பு மறைத்தலை, தெளிவாக நமக்கு வெளிக் காட்டியதே தொழிற்புரட்சிதான்.

*17*ஆம் நூற்றாண்டில் துவங்கிய தொழிற்புரட்சி, புதிய இயந்திரங்களை அறிமுகம் செய்தது. நீராவி இயந்திரத்தைக் கொண்டு பன்மடங்கு வேகமாக, அதிக எண்ணிக்கையில் பொருட்களைத் தயாரிக்க வழிபிறந்தது. அனைத்துப் பொருட்களும் ஏதோ மந்திர சக்தியால் உருவாக்கப்படுகிறது என, அதுவரை போலியாகக் கட்டமைக்கப்பட்டிருந்த பிம்பத்தை, கதையமைப்பை உடைத்து நொறுக்கி, அந்த உழைப்பு மறைத்தல் பணியை அப்போது இயந்திரங்கள் செய்யத் தொடங்கின.

அதுவரையில், ஒரு நாற்காலியைச் செய்து வந்த கைவினைக் கலைஞரின் உழைப்பை, தொழில்புரட்சியின் விளைவால் இயந்திரங்கள் மறைக்கத் தொடங்கின. இன்று நாம் பயன்படுத்தும் நாற்காலிகளுடைய தயாரிப்பு நிறுவனங்களின் பெயர் மட்டுமே நமக்குத் தெரியும். அதைச் செய்த தொழிலாளர்கள் யாரென்று நமக்குத் தெரியாது. அதற்கான அவசியமும் நமக்கு எழவில்லை. இப்படியாக மனித உழைப்பை, அதன் மூலம் உருவான பொருளிடமிருந்து விலக்கிக்கொண்டே வந்தது தொழில்புரட்சி எனச் சொன்னால் மிகையாகாது.

அதுவரையில் நேரடிச் சுரண்டலைச் சந்தித்த மனித உழைப்பு, தொழில் புரட்சிக்குப் பின் மறைமுகச் சுரண்டலைச் சந்திக்க நேர்ந்தது. இந்த மறைமுகச் சுரண்டலைக் களையும் பொருட்டு தொழிலாளர் நலன் கருதி தொழிற்சங்கங்கள் போராடத் துவங்கின. இந்தப் போராட்டங்களின் மூலம், தொழிலாளர்களின் கூலிக்கு அப்பால் கண்ணியம், பணிப் பாதுகாப்பு, மற்றும் ஒரு கூட்டு அடையாளம் எனப் பல உரிமைகள் வென்றெடுக்கப்பட்டன.

மேலும், மனித உழைப்பு வெறும் பொருளாதாரம் மட்டுமல்ல, அது ஓர் அரசியல் சக்தி என்பதையும், மனிதர்களின் சமூக மற்றும் உளவியல் தேவைகளைப் பூர்த்தி செய்யும் ஒரு முக்கிய

அம்சம் என்பதையும் இந்தப் புரிதல்கள் வெளிப்படுத்தின. கணினி மற்றும் தகவல் தொழில்நுட்ப யுகம், உழைப்பின் தன்மையை அடுத்த கட்டத்திற்குக் கொண்டு சென்றது. புதிய அறிவுசார் வேலைவாய்ப்புகள் உருவாகி, அத்துறை சார்ந்த பணியாளர்களுக்கு அதிக ஊதியத்தையும், தனிப்பட்ட அங்கீகாரத்தையும் வழங்கின. ஆனால், தொழிற்சங்கங்கள் இல்லாத ஒரு புதிய பணிக்கான கலாச்சாரம் உருவாகி, தொழிலாளர்கள் கூட்டுப் பேரம் பேசும் சக்தியையும், பாதுகாப்பையும் இழந்தனர். மேலும், கணினி சார்ந்த தொழில் துறையில் உருவாகும் பணி நீக்கம், பணிச்சுமை போன்ற சவால்களில், அங்கு பணியாற்றும் தனிப்பட்ட தொழிலாளியே தனக்கெனத் தனியே போராட வேண்டிய நிலையும் உருவானது.

இன்று நாம் வாழும் ‘டிஜிட்டல்’ பொருளாதாரம், செயற்கை நுண்ணறிவு *(AI)* இணையப் பொருட்கள் *(LOT)* மற்றும் பெரிய தரவு *(Big Data)* உள்ளிட்டவை யாவும், இக் காலத்தில், உழைப்பின் பரிமாணத்தை மேலும் ஆழமாக மாற்றி உள்ளது. ‘அல்காரிதம்’கள் மனித உழைப்பை நேரடியாக நிர்வகிக்கத் தொடங்கியுள்ளன. ‘டிஜிட்டல்’ தளத் தொழிலாளர்கள் *(Gig Workers)* எந்தப் பணிப் பாதுகாப்பும் இன்றி, ‘அல்காரிதம்’களின் கட்டுப்பாட்டில் ‘நுண் பணிகளை’ *(Microtasks)* செய்கிறார்கள். அவர்களின் உழைப்பு, ‘குறைந்த செலவு, அதிக மதிப்பு’ என்ற தத்துவத்தின் கீழ், துல்லியமாக அளவிடப்பட்டு, பெரும்பாலும் நியாயமற்ற கூலிக்கே பயன்படுத்தப்படுகிறது.

மிக முக்கியமாக, நாம் வியந்து பார்க்கும் ‘ஏ.ஐ.,’ உள்ளிட்ட அதிநவீனத் தொழில்நுட்பங்களின் ‘அறிவு’ என்பது, பெரும்பாலும் மறைக்கப்பட்ட மனித உழைப்பின் மீதே கட்டப்பட்டுள்ளது. கிடங்கு ஊழியர்களின் நொடிப் பொழுது நகர்வு, ‘டெலிவரி’ ஓட்டுநர்களின் பாதை தேடல், சமூக வலைதள உள்ளடக்கக் கண்காணிப்பாளர்களின் மன உளைச்சலுடன் கூடிய உழைப்பு என, இவை அனைத்தும் ‘ஏ.ஐ.,’ நுட்பத்திற்குப் பயிற்சி அளிக்கும் தரவுகளாக மாற்றப்படுகின்றன.

“இது ‘ஏ.ஐ.,’ மூலமாகவே சாத்தியமானது” என்று கூறியபடியே, நாம் எளிதாகக் கடந்து செல்லும் ஒவ்வொரு நொடிப் பொழுதிலும், பெயர் தெரியாத லட்சக்கணக்கான மனிதர்களின் அயராத உழைப்பு, ‘தரவு அடையாளப்படுத்தல்’ *(Data Labeling)* என்ற

பெயரில் மறைக்கப்பட்டு, அந்த 'ஏ.ஐ.,' நுட்பத்தின் கருவிகளுக்குரிய பயிற்சியாக மாற்றப்படுகிறது.

பல நூறு ஆண்டுகளாக, தங்கள் உடல் உழைப்பைக் கோயில்கள், பிரமீடுகள் போன்ற கட்டுமானங்களுக்கு மனிதர்கள் அளித்தாலும், அந்த மனிதர்களின் உடல் உழைப்பை அன்றைய தலைமை நிர்வாகிகள் மறைக்கவே செய்தார்கள்.

இன்று, 'டிஜிட்டல்' யுகத்திலும், அதே மறைப்பு தொடர்கிறது. ஒரு பொருள் 'ஆன்லைன்' மூலமாக 'ஆர்டர்' செய்யப்பட்டு, நம் வீட்டுக்கு வரும் சாகச அனுபவத்தின் பின்னணியில், கிடங்கு ஊழியர்களின் வியர்வையும், 'டெலிவரி' வாகன ஓட்டுநர்களின் கடின உழைப்பும், 'அல்காரிதம்'களால் மறைக்கப்பட்டு, வெறும் 'ஸ்மைல் பாக்ஸ்' போன்ற எளிய தோற்றமாக மாற்றப்படுகின்றன. மனித உழைப்பு, அதன் மூலம் கிடைக்கும் பெருமை, சுயமரியாதை, மற்றும் சமூகப் பிணைப்பு ஆகியவை, தொழில்நுட்பத்தின் திரைக்குப் பின்னால் மறைக்கப்பட்டு, மனித உழைப்பையே மதிப்பிழக்கச் செய்யும் ஒரு போக்கு இப்போது தலைதூக்கியுள்ளது

உழைப்பு என்பது சமூகத்தின் அச்சாணி; அது இல்லாமல் எந்தச் சமூகமும் இயங்க முடியாது. 'உழைக்காமல் சோறில்லை', 'செய்யும் தொழிலே தெய்வம்' என, பல முதுமொழிகள் உழைப்பின் அவசியத்தையும், மகத்துவத்தையும் வலியுறுத்துகின்றன. இலக்கியங்களும், மதங்களும், பல்வேறு நீதிக் கோட்பாடுகளும் உழைப்பைப் போற்றுகின்றன.

ஆனால், 'எல்லா உழைப்பும் போற்றப்படுகிறதா?' என்பது காலங்காலமாக எழும் கேள்விதான். வரலாற்றில் சிலரின் உழைப்பு உயர்ந்ததாகவும், மற்றவர்களின் உழைப்பு தாழ்ந்தவையாகவும் கருதப்பட்டு வந்துள்ளன.

சுமார் 6000 ஆண்டுகளுக்கு முந்தைய எகிப்திய நாகரிகத்தில், பிரம்மாண்ட பிரமீடுகளைக் கட்டியவர்கள் குறித்து, தொல்லியல் ஆய்வில் ஓர் அடையாளம் கிடைத்துள்ளது. அந்த அடையாளம் 'பாப்பிரஸ்' சுருள், '*Satire of Trades*' (வேலைகள் குறித்த நக்கல் கவிதை) என்று அழைக்கப்படுகிறது.

அந்தக் கவிதையில் 'கெடி' என்ற தந்தை, தன் மகனை எகிப்திய எழுத்தாளராக ஆகும்படி அறிவுறுத்துகிறார். இன்றைய பெற்றோர்

தங்கள் குழந்தைகளிடம் “ஒழுங்காகப் படி, இல்லையென்றால் மாடு மேய்க்கப் போக வேண்டியிருக்கும்” என்று சொல்வதுபோல, அன்று, அந்தத் தந்தை தன் மகன் ‘எழுத்தாளராக’ ஆக வேண்டும் என்று விரும்பினார். காரணம், அதுவே அக்காலத்தில் எகிப்தில் இருந்த சிறந்த வேலையாகப் பார்க்கப்பட்டுள்ளது

அந்த ‘பாப்பிரஸ்’ சுருளில், எகிப்தின் அன்றைய காலத்து இதர வேலைகள் பற்றிக் கூறப்பட்டுள்ளது. அந்த வேலைகள் ஒவ்வொன்றும் பயங்கரமானதாகவும், மிகுந்த சிரமமானதாகவும், பயனற்றதாகவும் இருந்துள்ளன என்பது, அக் கவிதையில் சித்தரிக்கப்பட்டுள்ளது.

குறிப்பாக, உடலுழைப்புத் தொழிலை அளவுக்கு மீறி கேலி செய்வதாக அந்தக் கவிதை உள்ளது. இங்கு ‘எழுத்தாளர்’ என்பது இன்றைய கதை எழுத்தாளர்கள் அல்ல. மாறாக, அன்றைய காலத்தில் கணக்கு எழுதுவது, பத்திரங்கள் எழுதுவது, அரண்மனை காரியங்களை எழுதுவது போன்ற அலுவலக வேலைகளைக் குறிக்கிறது.

அந்தக் கவிதையில், கொல்லனின் விரல்கள் முதலையின் விரல்கள் போல இருப்பதாகவும், அவனது உடலில் மீன் நாற்றம் வீசுவதாகவும் அந்தத் தந்தை எழுதியிருக்கிறார்.

மேலும், ‘தச்சன் தன் வேலைகளைச் செய்து களைத்துப் போகிறான். முடிவில்லாமல் உழைத்தாலும், அவனது வருமானம் வாழப் போதுமானதாக இல்லை’ என்கிறார்.

‘நகை செய்பவரின் முழங்கால்களும், முதுகும் வளைந்து போவதாகவும், குயவன் பன்றிகளைப் போல வயல்களில் அதிகம் தோண்டி, தன் கால்களால் களிமண்ணை மிதித்து அதிலேயே சிக்கிக்கொள்கிறான்’ என, விவரிக்கிறார்.

‘தோட்டக்காரனின் தோள்கள் வயது முதிர்ந்தவரைப் போல வளைந்துவிடுகின்றன. விவசாயி தன் பயிரைக் காக்க, காகத்தின் குரலைவிட உரத்த குரலில் கத்த வேண்டியுள்ளது; அவனது வாழ்வே துயரம்தான்.

நெசவுத் தொழிலாளியின் முழங்கால்கள், அவனது இதயத்தில் அழுத்தப்பட்டிருப்பதால் சுவாசிக்க முடியாமல் தவிக்கிறான்.

அவன், ஒருநாள் நெசவை வீணாக்கினால் ஐம்பது சவுக்கடிகள் கிடைக்கும்' என்றும் சொல்கிறார். 'சலவைத் தொழிலாளியின் உணவில் அழுக்கு கலந்துள்ளது. அவனது எந்த உறுப்பும் சுத்தமாக இல்லை' என்றும் சித்தரிக்கிறார்.

இப்படி இன்னும் பல உடல் உழைப்பு வேலைகள் இழிவாகவும், களைப்பூட்டுவதாகவும், அவமானகரமானதாகவும் கருதப்பட்ட பண்டைய உலகக் கண்ணோட்டத்தை அந்தக் கவிதை எடுத்துக் காட்டுகிறது. அதேசமயம், அறிவுசார் பணி அளிக்கும் வருமானத்தையும் மரியாதையையும் வெகுவாகப் பாராட்டி, "எப்படியாவது எழுத்தாளராகப் படிக்கத் தெரிந்துகொள்" என, அந்தத் தந்தை, தன் மகனுக்கு அறிவுறுத்துகிறார். ஆக, 'உழைப்பின் மாண்பு உடல் உழைப்பில் இல்லை' என, தீர்க்கமாக அறிவிக்கிறது அந்த எகிப்தியக் கவிதை.

இந்தியாவில், இன்றும் மேல்தட்டு வேலைகள், கீழ்த்தட்டு வேலைகள் என்ற அமைப்பு மிக வலுவாக உள்ளது. 'சாதி', 'வர்ணம்', 'இனம்' சார்ந்த அமைப்புகள், செய்யும் தொழிலின் அடிப்படையில் உயர்ந்தது தாழ்ந்தது என, மனித உழைப்பைப் பிரித்துள்ளன. சுத்தம் செய்தல், தோல் பதனிடுதல், மனிதக் கழிவுகளை அகற்றும் பணிகள் 'தீண்டத்தகாதவர்கள்' செய்யக்கூடிய வேலைகள் என, அந்த மனிதர்கள் ஒதுக்கப்படுகிறார்கள். 'இது 'கர்ம வினை' என்று பல பணிகள் பட்டியலிப்படுகின்றன.

அதே நேரத்தில், ஆன்மிகம் மற்றும் அறிவுசார் பணிகள் உயர் சாதியினருக்கு என ஒதுக்கப்பட்டன. இதனால், மனித உழைப்பு வெறும் பொருளாதாரம் மட்டுமல்லாமல், சமூகப் படிநிலையாகவும், ஆன்மிக மயமாகவும் ஆக்கப்பட்டது.

உலகில் எங்கும் இல்லாத அளவுக்கு, கடினமான, அபாயகரமான வேலைகளைச் செய்யும் உடலுழைப்பு வர்க்கங்களை 'சாதி', 'வர்ணம்', 'இனம்' என்கிற முறையால் பிரித்தாண்டது இந்தியாவில் மட்டும்தான். இப்படியான உடல் உழைப்பாளர்களை உருவாக்கி, பராமரித்து, நிலைநிறுத்த, சிக்கலான சமூக, மத, மற்றும் சட்ட வலைகள் பின்னப்பட்டன. இந்த வலைப்பின்னல்கள், உழைக்கும் மக்கள் அவர்களின் உழைப்பின் மூலம் மாண்பு பெற நிரந்தரமாகத் தகுதியற்றவர்களாக ஆக்கியுள்ளது.

பண்டைய கிரேக்கத்தில், அரிஸ்டாட்டில் உள்ளிட்ட சிந்தனையாளர்கள் "உடல் உழைப்பு இயற்கையான அடிமைகளுக்கு மட்டுமே பொருத்தமானது" எனக் கருதினர். அறிவுசார் சிந்தனையே மனிதர்களின் உயர்ந்த நோக்கமாகக் கருதப்பட்டது. இடைக்கால ஐரோப்பாவும் இதேபோன்ற வடிவங்களைப் பிரதிபலித்தது. நிலப்பிரபுத்துவ அமைப்புகள் அடிமைகளையும், பண்ணை அடிமைகளையும் வாழ்நாள் முழுவதும் உடல் உழைப்பில் ஈடுபடுத்தின. பிரபுக்களும் மதகுருமார்களும் சமூக மரியாதையைப் பெற்றனர். தாழ்ந்த வகுப்பில் பிறந்ததற்கான ஒரு தண்டனையாகவே மனித உழைப்பு அப்போது கருதப்பட்டது, மதங்களும் இவற்றைக் கதைகள் மூலம் அங்கீகரித்தன. இவ்வாறு, உடலுழைப்பைக் கீழ்மைப்படுத்துவது என்பது, மனித நாகரிகத்தின் நீண்ட துயரம் நிறைந்த கதையாகத் தொடர்ந்தது.

அமெரிக்காவில்கூட, உடல் உழைப்பு செய்பவர்கள் இனவாத அடிப்படையில் ஒதுக்கப்பட்டனர். அங்கு, அடிமைப்படுத்தப்பட்ட ஆப்பிரிக்கர்கள் பல தலைமுறைகளாக, ஊதியம் இல்லாத, கொடூரமான உடல் உழைப்புக்குக் கட்டாயப்படுத்தப்பட்டனர். இன்றும்கூட கருப்பின அமெரிக்கர்களே மிகவும் கடினமான, குறைந்த ஊதியம் பெறும் வேலைகள் செய்ய உரித்தானவர்கள் என்கிற கண்ணோட்டம் அமெரிக்காவில் வலுவாக உள்ளது.

இவ்வாறு, "உடல் உழைப்பு என்பது அறிவுசார் உழைப்பை விடக் குறைவானது; அதைச் செய்கிறவர்கள் சபிக்கப்பட்டவர்கள், ஆசீர்வாதம் இல்லாதவர்கள், அறிவுத் திறனில் குறைவானவர்கள்" என்கிற நம்பிக்கை, தொடர்ந்து வலுவாக நிலைபெற, அதற்கான வரலாறும் முடிவின்றிப் பயணித்தது.

தொழில்புரட்சி இயந்திரமயமாக்கலை அறிமுகப்படுத்தியதன் மூலம் உற்பத்திப் பெருக்கம் ஏற்பட்டது. ஆனாலும், அதில் தொழிலாளர்களுக்கு உரிய பங்கு போய்ச் சேரவில்லை. லாபம் முதலாளிகளுக்கே சென்றது. தொழிலாளர்களின் உடல் உழைப்பு இயந்திரங்களைப் போலக் கருதப்பட்டு, அதன் மாண்பு சிதைக்கப்பட்டது.

உழைப்பவர்கள் சிதைக்கப்பட்டுக்கொண்டிருந்த வரலாற்றை உலகம் கேள்வி கேட்க ஆரம்பித்த நிலையில், கம்யூனிச, சோசலிசச் சிந்தனைகள் இதற்கு அறிவாயுதமாயின. தொழிற்சங்கப்

போராட்டங்கள் உலகெங்கும் நடந்தேறின. தொழிலாளர் நலச் சட்டங்கள் உருவாயின. தொழிலாளர்களின் மாண்பைக் காக்கவே இவை உருவாக்கப்பட்டன. புதிய சட்டங்கள் குழந்தைத் தொழிலாளர்களை ஒழித்தன. நியாயமான ஊதியங்கள் நிர்ணயிக்கப்பட்டு பாதுகாப்பான பணிச்சூழல்கள் உறுதிப்படுத்தப்பட்டன. வேலை நேரம் வரையறுக்கப்பட்டது.

என்றாலும், அனைத்து வேலைகளிலும் இவை நடைபெறவில்லை. உடல் உழைப்பைக் கொடுத்துவரும் பல ஆயிரம் வேலைகள், அமைப்புசாரா வேலைகளாக உருவெடுத்தன. உடலுழைப்பு வேலைகள் வேண்டுமென்றே ஒழுங்கமைக்கப்படாமலும், கட்டுப்படுத்தப்படாமலும் விடப்பட்டன. தொழிற்சங்கங்கள் அல்லது சட்டப் பாதுகாப்புகள் இல்லாததால், அமைப்பு சாரா வேலைகளில் ஈடுபட்டோருக்குக் குறைவான ஊதியமே வழங்கப்பட்டது. மேலும், அமைப்பு சாராத தொழிலாளர்களுக்குப் பேரம் பேசும் சக்தி குறைவாக இருந்ததால், அவர்களைச் சுரண்டுவதும் எளிதாயிற்று.

'கிக் வேலை' அல்லது 'பிளாட்ஃபார்ம் வேலைகள்' இந்த அறிவுசார்/உடல் உழைப்பு வேலைகளுக்கிடையிலான இடைவெளியை மேலும் விசாலமாக்கின. இதனால், ஒரு நிறுவனம் ஒரு பணியாளரை நேரடியாக வேலைக்கு அமர்த்தாமல், குறிப்பிட்ட பணிகளைச் செய்யத் தனிப்பட்ட ஒப்பந்தக்காரர்களைப் பயன்படுத்தும் முறைக்குத் தாவியது. இந்த முறையின் கீழ் வேலை செய்யும் பணியாளர்கள் 'ஒப்பந்தக்காரர்கள்' *(Independent Contractors)* எனப் பெயரிடப்படுகிறார்கள். இவர்களுக்கு நிறுவனத்தின் முழுநேர ஊழியர்களுக்கான எந்தப் பாதுகாப்பும், சலுகைகளும் வழங்கப்படுவதில்லை. குறைந்தபட்ச ஊதியம், ஓய்வூதியம், விடுமுறைச் சலுகைகள், மருத்துவக் காப்பீடு அல்லது பணிப் பாதுகாப்பு போன்ற அடிப்படை உரிமைகள் இவர்களுக்கு மறுக்கப்படுகின்றன. இவ்வாறாக, அமைப்புசாரா தொழிலாளர்களின் உடல் உழைப்பின் மாண்பு மீண்டும் சிதைக்கப்பட்டது.

தற்போது, உடல் உழைப்பின் மீதான இழிவை 'டிஜிட்டல்' யுகம் புதிய வடிவங்களில் மீண்டும் உருவாக்கியுள்ளது. இது உழைப்பாளர்கள் மீதான சுரண்டலை, குறிப்பாகக் கண்ணுக்குத்

தெரியாத வகையில், தொடர வழிவகுக்கிறது. இப்படியான பின்னணியில்தான் செயற்கை நுண்ணறிவின் *(AI)* வருகையைக் கூர்ந்து கவனிக்க வேண்டியிருக்கிறது.

'ஏ.ஐ.,' அறிமுகம் செய்யப்படும்போதே, அது உடல் உழைப்புத் தேவைகளைக் குறைத்துவிடும், மனிதர்கள் உடல் உழைப்பு செய்ய வேண்டியதில்லை என்கிற வகையில்தான் அறிமுகம் செய்து வைக்கப்படுகிறது.

இந்த அறிமுகம் மனித உழைப்பிலிருந்து விடுதலை என நமக்குத் தோன்றினாலும், ஆழமாகப் பார்க்கும்போது, இது மனித உழைப்பின் மீதான சமூகப் பார்வையில் என்னென்ன விளைவுகளை ஏற்படுத்தும் என்ற கேள்வியை எழுப்புகிறது.

'ஏ.ஐ.,' அமைப்புகள் மாதிரிகளைப் பயிற்றுவிக்கவும், வெளியீடுகளை மிதப்படுத்தவும், உள்கட்டமைப்பைப் பராமரிக்கவும் மறைக்கப்பட்ட மனித உழைப்பையே சார்ந்துள்ளன. உதாரணமாக, 'ஏ.ஐ.,' நுட்பத்தின் வளர்ச்சிக்குத் தேவையான தரவுகள், 'லேபிள்' செய்தல் *(Data Labeling)* போன்ற பணிகள், பெரும்பாலும் குறைந்த ஊதியத்தில், வெளிப்படையற்ற முறையில் உடலுழைப்புச் செய்வோரால் மேற்கொள்ளப்படுகின்றன.

முந்தைய காலத்தில், மனித உழைப்பை மேற்பார்வை பார்க்கும் நபர்கள், திறமையானவர்களாகச் சித்தரிக்கப்பட்டனர். இதனால், கடுமையான உழைப்பைக் கொடுத்த மனிதர்கள் அங்கீகாரம் பெற முடியாதவாறு நிராகரிக்கப்பட்டார்கள். வரலாறு முழுவதும், சாதி, இனம், வர்க்கம் மற்றும் அறிவுசார் உயரடுக்குவாதம் ஆகியவை உழைக்கும் மனிதர்களை மாண்பை தொடர்ந்து பறித்துள்ளன.

இன்று 'ஏ.ஐ.,' மூலமாக, மனிதர்களே தேவையில்லை என்கிற பொது நிராகரிப்பு பரவி வருகிறது. இது உழைப்பின் மாண்பை இன்னும் சீர்குலைந்து போகச் செய்யும். அதற்கு அச்சாரமாக, 'ஏ.ஐ.,' என்ற செயற்கை நுண்ணறிவு, மனித உழைப்பின் மாண்பைக் குறைத்து மதிப்பிட வைத்து, அதைச் சிதைக்கும் வரலாற்றைத் தொடர வைத்துள்ளது என்றே நம்ப வேண்டியுள்ளது.

‘ஏ.ஐ.,’ காலம்
சுருக்கமான நிறைவுரை

‘ஏ.ஐ.,’ (செயற்கை நுண்ணறிவு), ‘LOT’ (இணையப் பொருட்கள்) மற்றும் ‘பெரிய தரவு’(Big Data) உள்ளிட்ட நவீனத் தொழில்நுட்பங்கள், மனித உழைப்பின் தன்மை மற்றும் சமூகக் கட்டமைப்புகளை தொடர்ந்து மாற்றியமைத்து வருகின்றன.

ஒருபுறம், ‘ஏ.ஐ.,’ பொறியாளர்கள் போன்ற உயர் சிறப்புத் திறன்கொண்ட நிபுணர்கள், அதிக ஊதியம் பெறும் நிலை உருவாகியுள்ளது. மறுபுறம், ‘டிஜிட்டல்’ தளத்தில் பணியாற்றும் தொழிலாளர் *(Gig Workers)* வர்க்கம், பணிப் பாதுகாப்பு, நிலையான ஊதியம் மற்றும் சமூகப் பாதுகாப்பு இன்றி, ‘அல்காரிதம்’களால் கண்காணிக்கப்படும் நுண் பணிகளைச் செய்யும் சூழலை எதிர்கொள்கிறது.

இவர்களின் உழைப்பு, நவீனத் தொழில்நுட்பத்தின் கீழ் மனித கண்ணியத்தைக் கேள்விக்குள்ளாக்கி, உழைப்புச் சந்தையில் ஒரு பெரிய பிளவை ஏற்படுத்தியுள்ளது. செயற்கை நுண்ணறிவு குறித்த தவறான புரிதல்கள் பெருகிவரும் இந்த ‘டிஜிட்டல்’ யுகத்தில், நாம் அதன் உண்மையான இயல்பை அறிந்துவைத்திருப்பது மிகவும் முக்கியம்.

‘ஏ.ஐ.,’ என்பது ஒரு சக்திவாய்ந்த கருவி என்பதைப் புரிந்து கொள்ளும் நாம், ‘அது உணர்வுள்ள உயிரினம் அல்ல’ என்பதையும் அவசியம் புரிந்துகொள்ள வேண்டும். இந்தக் கருத்தியல் தெளிவு, ‘ஏ.ஐ.,’ என்ற தொழில்நுட்பத்தின் ஆற்றலை மனித குலத்தின் நன்மைக்குப் பயன்படுத்தவும், அதே நேரத்தில் அதன் மூலம் ஏற்படக்கூடிய சவால்களை எதிர்கொள்ளவும் நமக்கு உதவும்.

‘ஏ.ஐ.,’ தொடர்பான சரியான புரிதலை வளர்த்துக்கொள்ள நாம் கவனத்தில் கொள்ள வேண்டிய சில முக்கிய அம்சங்கள் உள்ளன. ‘ஏ.ஐ.,’ என்பது மனிதர்களால் உருவாக்கப்பட்ட ஒரு சக்திவாய்ந்த கருவி என்பதை முதலில் நாம் ஏற்றுக்கொள்ள வேண்டும். அதே வேளையில், அது உணர்வுள்ள ஜீவன் அல்ல; சொந்தமாகச் சிந்திக்கும் ஆற்றலோ, உணர்வுகளோ, ஆசைகளோ அதற்குக் கிடையாது என்பதையும் நாம் புரிந்துகொள்ள வேண்டும்.

‘ஏ.ஐ.,’ செயல்படுவது, மனிதர்களால் வழங்கப்பட்ட தரவுகள் மற்றும் வழிமுறைகளின் அடிப்படையில் மட்டுமே. இது மனித மூளையின் செயல்பாடுகளைப் பிரதிபலிக்கும் ஒரு கணினி நிரல். இந்தக் கருவி, சிக்கலான கணக்கீடுகளை, வடிவங்களை மிக விரைவாக அடையாளம் காணவும், திறம்படச் செய்யக்கூடிய ஆற்றலும் கொண்டது.

‘ஏ.ஐ.,’ அமைப்பு ஒரு முடிவை எடுக்கும்போது, “அது ஏன் இந்த முடிவை எடுத்தது?”, “அது எப்படி இந்த முடிவுக்கு வந்தது?”, “இந்த ‘ஏ.ஐ., நுட்பத்திற்கு வடிவமைத்து, இதற்குப் பயிற்சி கொடுத்தது யார்?” என, இதுபோன்ற கேள்விகளைக் கேட்க வேண்டும்.

‘ஏ.ஐ.,’ வழங்கும் முடிவுகள், அதன் பயிற்சித் தரவுகளிலும், ‘அல்காரிதம்’களிலும் உள்ள சார்புத்தன்மைகளை *(Biases)* பிரதிபலிக்கலாம். எனவே, கண்மூடித்தனமாக ‘ஏ.ஐ.,’ தரக்கூடிய முடிவுகளை ஏற்றுக்கொள்ளுதல் என்பது, பாகுபாடு அல்லது தவறான நியாயப்படுத்தல்களுக்கு வழிவகுக்கும். எனவே, கேள்வி கேட்கும் திறனை வளர்த்துக்கொள்வதும், ‘ஏ.ஐ.,’ நுட்பத்தைப் பொறுப்புணர்வுடன் பயன்படுத்துவதும் மிகவும் அவசியம்.

‘ஏ.ஐ.,’ வளர்ச்சி என்பது மனிதர்களின் திறன்களை மேம்படுத்துவதாக இருக்க வேண்டுமே தவிர, மனிதர்களுக்கான மாற்றாக இருக்கக்கூடாது.

மேலும், 'ஏ.ஐ.,' அமைப்புகளை ஒரு நிறுவனம் வடிவமைக்கும்போதும், உருவாக்கும்போதும், அங்கே மனிதர்களின் நல்வாழ்வு மற்றும் நெறிமுறைச் சிந்தனைகளுக்கு முன்னுரிமை அளிக்க வேண்டும். மனித உழைப்பின் மதிப்பை உயர்த்துவதும், புதிய வேலை வாய்ப்புகளை உருவாக்குவதும், மனிதர்கள் 'ஏ.ஐ.,' உடன் இணைந்து சிறப்பாகச் செயல்படுவதற்கான சூழலை உருவாக்குவதும் இதன் முக்கிய நோக்கமாக இருக்க வேண்டும்.

'ஏ.ஐ.,' உருவாக்கம் என்பது மனிதர்களுக்கு உதவும் வகையிலும், அவர்களின் வாழ்க்கையை எளிதாக்கும் வகையிலும் இருக்க வேண்டும்.

'ஏ.ஐ.,' அமைப்புகளின் செயல்பாடுகளில் வெளிப்படைத்தன்மை *(Transparency)* இருக்க வேண்டும் என்பதை, நாம் தொடர்ந்து வலியுறுத்த வேண்டும்.

ஒரு 'ஏ.ஐ.,' அமைப்பு எப்படி ஒரு குறிப்பிட்ட முடிவை எடுத்தது என்பதைப் புரிந்துகொள்ளும் வசதி நமக்கு இருக்க வேண்டும். மேலும், 'ஏ.ஐ.,' நுட்பத்தின் மேம்பாட்டாளர்கள் மற்றும் அதைப் பயன்படுத்துபவர்கள், அதன் தாக்கங்களுக்கு முழுமையான பொறுப்பாளர்கள் என்பதை உறுதி செய்யவேண்டும்.

'ஏ.ஐ.,' காரணமாக மனித உழைப்பில் ஏற்படும் பாதிப்புகள், சமுதாய மாற்றங்கள் போன்றவற்றிற்கு யார் பொறுப்பு என்பதைக் கூறும்படி, சட்டதிட்டங்கள் தெளிவாக வரையறுக்கப்பட வேண்டும். இதன்மூலம், 'ஏ.ஐ.,' யுகத்தில் மனித உழைப்பும் உரிமைகளும் பாதுகாக்கப்படுவதை உறுதிசெய்யலாம்.

"அறிவில் என்ன செயற்கை அறிவு, இயற்கை அறிவு. அறிவு அனைத்தும் மனிதர்களின் அறிவுதான்" என, சிலர் கருத்துருவாக்கம் செய்து வருகிறார்கள். இந்தக் கருத்து 100 விழுக்காடு உண்மை. 'செயற்கை அறிவு' எனும் தொழில்நுட்பத்தை உருவாக்கியவர்களே மனிதர்கள்தான். ஆகவே, அறிவில் என்ன இயற்கை, செயற்கை என்பதே உண்மை.

'எந்த அறிவும் செயற்கை அல்ல. எல்லாமே மனிதர்களின் அறிவுதான்' என்கிற இந்தப் புரிதல், அறிவைக் குறித்து ஞானம் தந்த புரிதல் எனக் கொள்ளலாம். ஆனால், இப்படியான ஞானப்புரிதல் கொண்டு 'ஏ.ஐ.,' தொழில்நுட்பத்தைக் கடந்துவிடமுடியாது.

ஏனென்றால், 'செயற்கை நுண்ணறிவு' தொழில்நுட்பம் பலரின் வாழ்க்கையை, வாழ்வாதாரத்தை உண்மையாகவே மாற்றக் கூடியது. பொதுமக்கள், உழைப்பாளிகள், பட்டறைத் தொழிலாளர்கள், கூலி வேலை செய்பவர், பொருட்களை வீட்டுக்கு வந்து கைமாற்றும் தொழிலாளர்கள் போன்றோர்களுக்கு 'செயற்கை நுண்ணறிவு' என்கிற அறிவியல், அவர்களின் வாழ்க்கையைப் புரட்டிப் போடக் கூடியதாக அமையும் வாய்ப்பு உள்ளது. படிக்கும் மாணவர்களின் உயர்கல்விப் படிப்பைத் தேர்வு செய்வதும், தீர்மானிப்பதாகவும் 'ஏ.ஐ.,' உள்ளது. இன்னும் பலவிதங்களில் சமூகத் தாக்கத்தை உருவாக்கும் வல்லமையும் அதற்கு உள்ளது.

'ஏ.ஐ.,' எனும் செயற்கை அறிவுத் தொழில்நுட்பம் குறித்து இப்படியாக ஞானக் கருத்தாகப் புரிந்துகொள்ள முடியும் அல்லது அதை அரசியலாகவும் பார்க்க முடியும்.

★ *யாருக்காகச் செயற்கை நுண்ணறிவு உருவாக்கப்படுகிறது?*

★ *யாருக்காக வேலை எளிதாக்கப்படுகிறது?*

★ *யாருடைய திறன்கள் மறைக்கப்படுகின்றன?*

★ *யாருக்கு இதில் லாபம்?*

★ *எந்தத் துறையில் செயற்கை நுண்ணறிவுத் தொழில்நுட்பம் அதிவேகமாக நுழைக்கப்படுகின்றது?*

★ *'ஏ.ஐ.,' வரவால் பாதிப்படையப்போகும் தொழில்களுக்கு மாற்று என்ன?*

★ *'ஏ.ஐ.,' வரவால் உருவாகப்போகும் புதிய தொழில்கள் என்ன, அதற்கான தகுதிகள் யாவை?*

இப்படியாகப் பல கேள்விகளுக்கு நாம் பதில் தெரிந்தாக வேண்டும். மக்களால் இப்படி எழுப்பப்படும் கேள்விகளுக்கு உரிய பதிலை அவசியம் கூறியாக வேண்டும் என, தொழில் முதலாளிகள் மற்றும் அரசியல் தலைவர்களுக்கு சட்டங்களால் வலியுறுத்த வேண்டும். மக்களுக்கும் இதுகுறித்த ஆழ்ந்த விழிப்புணர்வு வேண்டும்.

சரி, இதுவரையிலும் நம்மிடையேயான உரையாடலில் மனித உழைப்பு எப்படிச் சிக்கலானது, பன்முகமானது, தனித்துவமானது, கூட்டுழைப்பு என்கிற வலை அமைப்பு குறித்தெல்லாம் பார்த்தோம்.

அந்தப் புரிதலோடு 'ஏ.ஐ.,' தொழில்நுட்பத்தை அணுகக் கற்றுக்கொள்வோம். ஞானமான பார்வையில் அதைப் பொதுமைப்படுத்திவிடாமல், வியக்க வைக்கும் தொழில்நுட்பமாக அறிந்துகொள்ளாமல், அதற்குள் இருக்கும் அரசியலைத் தெரிந்து கொண்டு செயலாற்ற கற்றுக்கொள்வோம்.

இன்றைய உலகத்தில் புதிய தொழில்நுட்பம் குறித்த அறிவும், ஞானமும், அதோடு முக்கியமாக மக்களுக்கான அரசியலையும் இணைத்துப் புரிந்துகொள்வதே சரியான வழியாக இருக்கும்.

அறிவுத்தளத்தில் இயங்கும் அறிஞர்கள் கருத்துரைப்பாளர்கள், புதிய தொழில்நுட்பம் குறித்து இப்படியான அரசியல் அறிவுத் துணையோடு தங்களின் அடுத்தகட்ட உரையாடலைத் தொடர்ந்து முன்னெடுக்க வேண்டும் என்பதே இன்றைய தேவை.

பகுதி 4

அடுத்த கட்டம்

நமது உரையாடலின் நிறைவுப் பகுதிக்கு நாம் வந்துவிட்டோம். இது வரையிலான ‘மனித உழைப்பு’ குறித்த நமது உரையாடல், காலங்களைக் கடந்து பல செய்திகளை உள்ளார உரையாட வைத்தது.

கலை, வரலாறு, ஆன்மீகம், அரசியல் எனப் பல தளங்களுக்கு சென்று திரும்பி, இறுதியாக, ‘ஏ.ஐ.,’ காலத்தின் தொழில் முறை மாற்றங்களைக் குறித்துப் பேசினோம். இந்த உரையாடலின் இறுதிப் பக்கத்தில், நாம் இதுவரை பேசியவற்றைச் சற்றே அசைபோட்டுப் பார்ப்போம்.

பெயர் தெரியாத ஆதி மனிதர்கள் உருவாக்கிய கல் கோடாரியில் துவங்கியது நமது உரையாடல். அதாவது, தங்களோடு வாழ்ந்தவர்கள், தங்களை விட்டுச் சென்று, இயற்கையோடு கலந்த பின், அவர்களின் நினைவைப் போற்றும் விதமாக, பாதுகாக்கும் விதமாக கடும் உழைப்பை மேற்கொண்டு, கற் பதுக்கைகளை உருவாக்கினார்கள். குகைச் சுவர்களில், புலனின் ஓவியங்களை வரைந்தார்கள் என உரையாடினோம்.

மேலும், சங்க காலத்தின் கடற்கரைகள், சந்தைகளில் ஒலித்த வியாபாரக் குரல்கள், கைவினைஞர்களின் வியர்வை, கூட்டு உழைப்பின் பாடல்கள் அனைத்தையும் ஆசையோடு உரையாடி மகிழ்ந்தோம். இதன் வாயிலாக அன்றைய மனிதன், தனது உழைப்பின் மூலம் வாழ்வை மட்டுமல்ல, அதற்கான அர்த்தத்தையும் உருவாக்கிக்கொண்டிருந்ததை நாம் உணர்ந்தோம்.

கோயில்கள் நிர்வகித்த நிலங்களும், அந்த நிலங்களில் உழைத்த உழைப்பாளிகளின் நெற்றி வியர்வையால் உயர்ந்த கோபுரங்களையும் தரிசித்தோம். கோயில்கள் எப்படி மனித உழைப்பை நிர்வகித்தன எனவும் புரிந்து கொண்டோம்.

அதற்குப் பின், தொழிற்புரட்சியின் இரும்புக் காற்று வீசியது. இயந்திரங்களின் ஒலி, கடிகாரத்தின் தாளம், தொழிலாளர் இயக்கங்களின் குரல்கள் - உழைப்பின் வரையறையை மறுபடியும் எழுதின. சமூகமும், அரசியலும், சட்டங்களும், உரிமைகளும், கண்ணியமும் போராட்டங்களின் மூலம் வடிவம் பெற்றன.

இன்றைய உலகில், உழைப்பின் பாதைகள் கண்ணுக்குத் தெரியாத கோடுகளாகப் பிளவுபட்டிருக்கின்றன. ‘டிஜிட்டல்’ திரைகளின் பின்புறம், தரவுகளைக் குறிசொல்லிடும் கைகளும், ‘டெலிவரி’ வாகனங்களில் நகரம் முழுவதும் அலைபாயும் கால்களும், மனித முகமற்ற உழைப்புகள் மேல் உலகின் புதிய கோபுரங்கள் எழுப்பப்படுவதை உரைக்கிறது.

செயற்கை நுண்ணறிவு, புதிய ஒரு கதையைச் சொல்கிறது. அந்தக் கதையில், மனித உழைப்பில்லாத ஓய்வு நிறைந்த, புதியதோர் உலகின் காட்சி காட்டப்படுகிறது. ஆனால், கணினி குறியீட்டின் நிழலில் மறைந்துள்ள பெயரற்ற உழைப்புகள் நம்மை எங்கோ இட்டுச் செல்கின்றன. எதையோ நினைவூட்டுகின்றன. அந்த நினைவூட்டலில், “மனித உழைப்பு முடிவடையவில்லை; அது வடிவம் மாறி, கண்ணுக்குத் தெரியாத பாதைகளில் ஓடிக்கொண்டிருக்கிறது” என்ற வாக்கியம் அகன்று விரிகிறது.

நாம் இன்று ஒரு முக்கியமான சந்திப்பில் நிற்கிறோம்.

மனித உழைப்பை வரையறுத்து வந்த உயிரியல், சமூக, அரசியல், கலாச்சாரப் பரிமாணங்கள் அனைத்தும் ‘ஏ.ஐ.,’ நுட்பத்தால், மறுபடியும் சவாலுக்கு உள்ளாகின்றன. தொழில்புரட்சி காலத்தில், மனித உழைப்பை இயந்திரத்தின் மற்றொரு பாகமாகக் கருதியது முதலாளித்துவம். இன்று, ‘ஏ.ஐ.,’ நுட்பத்தின் ‘அல்காரிதம்’களின் கையில் மனிதர்களுடைய உழைப்பின் கண்ணியம், சந்தையின் விலைக்கேற்ப மதிப்பிடப்படுகிறது.

‘ஏ.ஐ.,’ மூலமாக வருவது வேலை இழப்பு என்ற ஆபத்து அல்ல. மாறாக, -உழைப்புக்குத் தரவேண்டிய மாண்பை, மரியாதையை, கண்ணியத்தை அது இழக்க வைக்கிறது.

ஆதி மனிதன், தன் இருப்பின் அர்த்தத்தை உழைப்பின் வழியாகப் படைத்தான். அந்த உழைப்பே மறையும்போது, புதிய அர்த்தத்தை நாம் உருவாக்காவிட்டால், மனித வாழ்க்கை வெறுமையாய் சுருங்கும் அபாயம் நம்முன் வந்து நிற்கும்.

அதனால்தான், உழைப்பின் நீண்ட பயணத்தை மீண்டும் நினைவுகூர வேண்டிய நிலைக்கு நாம் ஆளாகியிருக்கிறோம். உழைப்பு எவ்வாறு சமூகங்களை உருவாக்கியது? எவ்வித இயந்திரப் பின்புலமும் இல்லாமல், பெரு மலைகளிலிருந்து பல 'டன்' எடை கொண்ட கற்களை எவ்வாறு பெயர்த்து, ஊருக்குள் கொண்டு வந்தது? வயல்களை எவ்வாறு உழுதது? விதைகளை எவ்வாறு விதைத்தது?, நாகரிகங்களை எவ்வாறு கட்டியது? தொழிற் சங்கங்களின் புரட்சிகளுக்கு தீப்பொறியாக எவ்வாறாக இருந்தது? என, என்பதையெல்லாம் நாம் ஒருபோதும் மறக்கக் கூடாது.

இந்தப் புத்தகம் அந்தப் பயணத்தின் தடங்களையும், தடயங்களையும் ஓரளவாவது உங்களுக்கு காட்டியிருக்கும் என்று நம்புகிறேன்.

தற்போது, 'ஏ.ஐ.,' தொழில்நுட்பத்தால் முளைத்துள்ள கணினி கருவிகளின் வாக்குறுதியை நம்பி, மனித உழைப்பின் மாண்பை அந்தக் கருவிகளுக்கே அளிக்கப்போகிறோமா? அல்லது, மனித உழைப்பின் கண்ணியத்தையும் அர்த்தத்தையும் புதிதாக உருவாக்கப் போகிறோமா? என்ற கேள்வி இப்போது எழுந்துள்ளது. இதுதான் இந்த உரையாடலின் உண்மையான முடிவு என்பது உண்மையில் முடிவல்ல, புதிய ஒரு தொடக்கம் என்றே நான் கருதுகிறேன்.

இதுவரையிலான நம் உரையாடல் கால வெள்ளத்தில் மறைந்து போகக்கூடும். நினைவுப் பாறைகளில் செதுக்கியவை எல்லாம், செய்தி வெள்ளங்களால் மங்கிவிடக் கூடும். ஏதோ ஒரு கனவாகவும் இந்த உரையாடலை நீங்கள் உணரக்கூடும்.

என்றாலும், நம் உள்ள உணர்வுகளிலிருந்து என்றும் நீக்க முடியாத, மனித குலத்தின் அடிப்படையான உண்மையைச் சொல்லும் ஒரு கதை மற்றும் நம் அறிவுச் செயற்பாட்டிற்குப் பாதை அமைத்துத் தரும் அரசியல் கருத்து என, இரண்டு விஷயங்களை இறுதியாகக் கூறி, உங்களிடமிருந்து கைகுலுக்கி விடைபெற நினைக்கிறேன்.

உலகின் முதல் காவியம் சொல்லும் பேருண்மை

இன்றைய ஈராக்கின் வடக்குப் பகுதியில் உள்ள பண்டைய 'நிம்ருத்' மற்றும் 'நினிவே' நகரங்களில், 1840- முதல் 1850 வரை நடந்த அகழாய்வுகளின்போது, பல்வேறு வகையிலான களிமண் பலகைகள் கண்டெடுக்கப்பட்டு, அவற்றில் பெரும்பாலானவை, லண்டனில் உள்ள பிரிட்டிஷ் அருங்காட்சியகத்திற்கு அப்போது கொண்டு செல்லப்பட்ட நிலையில், அந்தக் களிமண் பலகைகளில் என்ன எழுதப்பட்டுள்ளது என்பதை அன்றைய தொல்லியல் அறிஞர்களால் புரிந்துகொள்ள முடியவில்லை.

பின்னாளில், உருவான அறிவியலின் வளர்ச்சியால் தொல்லியல் துறையும் வளர்ந்தபோது, அந்தத் துறை சார்ந்த ஆய்வாளர்களால், பண்டைய ஈராக்கின் 'நிம்ருத்' மற்றும் 'நினிவே' நகரங்களில் கண்டெடுக்கப்பட்ட களிமண் பலகைகளில் எழுதப்பட்டிருந்த சொற்களை வாசிக்கும் முறை கண்டறியப்பட்டது.

அப்போது களிமண் பலகைகளில் எழுதப்பட்டிருந்த வாக்கியங்களை அறிஞர்கள் வாசித்தபோது, அவர்கள் அடைந்த வியப்பிற்கு வானமே எல்லையாகிப்போனது. ஏனென்றால், அந்தக் களிமண் பலகைகளில் எழுதப்பட்டிருந்தது, உலகின் முதல் இலக்கியமாக இப்போது கருதப்படும் 'கில்காமேஷ்' காவியம்'.

நான்காயிரம் ஆண்டுகளுக்கு முன் ஒருவன் இயற்றிய செய்யுள்களின் தொகுப்புதான் 'கில்காமேஷ்' காவியம்.

இதைப் படைத்த படைப்பாளரின் பெயர் நமக்குத் தெரியவில்லை. ஒருவேளை இந்தக் காவியத்தை வாய்மொழிக் கதையாகவே அந்தப் படைப்பாளி இயற்றியிருக்கலாம். அப்போது, யாரோ ஒருவரால் களிமண்ணில் எழுதப்பட்டிருக்கலாம்.

இந்த 'கில்காமேஷ்' காவியம், நமது 'சிலப்பதிகாரம்', 'மணிமேகலை' உள்ளிட்ட பண்டைய தமிழ்க் காவியங்களைப் போலவே அமைந்துள்ளது.

அந்தக் கவிஞன் கதையை ஆரம்பிக்கும்போதே "இவன் அனைத்தையும் கண்டவன். இவன் செய்தவற்றை நான் உங்களுக்கு சொல்லவுள்ளேன்" என்று தன் நோக்கத்தை அறிவித்தபடியே கதையைக் கூறத் துவங்குகிறான். அதன்பிறகு வாசகர்களை 'உருக்' நகரத்தின் கோட்டையைப் பார்க்க அழைக்கின்றான். செங்கற்களின் அடிப்படையை ஆய்வு செய்யும்படி அழைக்கின்றான்.

'கில்காமேஷ்' ஒரு மாவீரன். தன் உடலில், மூன்றில் இரண்டு பங்கு தெய்வ ரத்தமும், ஒரு பங்கு மனித ரத்தமும் கொண்டவன். இராக் நாட்டின் 'உருக்' நகரில், அதி உயர்ந்த மதில்களை எழுப்பியவன். சுட்ட செங்கற்களால் வானத்தைத் தொடும் கோட்டைகளைக் கட்டியவன். உலகின் முதல் பட்டணத்தை உருவாக்கியவன். கில்காமேஷ் தன் அதிகாரத்தைப் பெண்கள் மீது துஷ்பிரயோகம் செய்தான். உருக் நகரில் பெண்களுக்கு அவனை மறுக்கும் உரிமை இல்லை. திருமணமான பெண்களையும், மணமகள்களையும் அவன் தனது உரிமையெனக் கருதினான். இதனால் மக்களிடம் பயமும் கோபமும் ஏற்பட்டது. இளைஞர்களை கில்காமேஷ் சண்டைகளிலும் கடின வேலைகளிலும் தள்ளினான். தனது புகழுக்காக அவர்களை அபாயமான பணிகளுக்கு அனுப்பினான். அவனின் செயல்களைக் கண்ட கடவுள்கள், இவனுக்கு இணையான மற்றொரு மனிதனைப் படைக்க வேண்டும் என முடிவுசெய்தார்கள். மண்ணில் இருந்து 'என்கிது' என்ற மனிதனை வடிவமைத்தனர்.

அந்த மனிதன், காட்டின் மண்வாசனையுடன் பிறந்தவன். புல்வெளிகளின் இடையே காற்றோடு ஓடியவன். அடர்ந்த மரங்களின் அமைதியோடு நின்றவன். ஒருநாள் 'கில்காமேஷ்', 'என்கிது' இருவரும் சந்தித்தார்கள். அதாவது, ஆளும் கோட்டைக்குச் சொந்தக்காரனும், ஆளரவமற்ற காட்டுக்குரியவனும் சந்தித்தார்கள்

அவர்களின் முதல் சந்திப்பு வானம் சிதறும் அளவுக்கு, பூமி குலுங்கும் அளவிற்கு, 'உருக்' நகரின் சுவர்கள் அதிரும் அளவுக்கு வன்மையான மோதல். ஆனால், அந்தப் போரில் வெற்றி தோல்வி இல்லை.

'என்கிது'வின் கண்களில் தன்னைப் பார்த்தான் 'கில்காமேஷ்.'

"நீயே நான். நானே நீ."

அந்த நட்பு, அவன் உள்ளத்தின் ஆழத்தில் மறைந்திருந்த மனிதத் தன்மையைக் கிளர்த்தியது. கடவுள்கள் தடைவிதித்த 'சீடார்' மரக் காடுகளை நோக்கி அவர்கள் இணைந்து புறப்பட்டார்கள்.

அந்தக் காட்டின் மரணமற்ற காவலன் -'ஹூம்பாபா'-, "அவன் மரணமற்றவன்" என, 'கில்காமேஷ்' வசம் 'என்கிது' எச்சரித்தான்.

"நாம் வல்லவர்கள். நம் பெயரை நிலைநிறுத்துவோம்" என்றான் 'கில்காமேஷ்'.

அந்தப் போராட்டம் மிகக் கடுமையானது. மலைகள் அதிர்ந்தன. காட்டின் அமைதி சிதறியது. இறுதியில், மரணமற்ற 'ஹூம்பாபா' வீழ்ந்தான். அவனது உயிர் காற்றில் கரைந்தது. அந்த வெற்றியின் நிழலில், 'இஷ்டார்' என்ற தேவி, கில்காமேஷை நோக்கினாள். தன்னைத் திருமணம் செய்துகொள்ளும்படி அவனை அழைத்தாள். அவன் மறுத்தான்.

"தேவி, இந்தக் காட்டில் உன்னுடன் இருந்தவர்கள் யாரும் இப்போது உயிருடன் இல்லை" என்றான் கில்காமேஷ். அவனுடைய இந்தப் பதிலால், கோபமடைந்த 'இஷ்டார்' தேவி, வானத்தின் கதவுகளைத் திறந்து, அங்கிருந்த காளையை 'உருக்' பட்டணம் மீது ஏவி விட்டாள்.

பூமியின் மண் பிளந்தது. 'உருக்' நகரம் குலைந்தது. ஆனாலும் 'கில்காமேஷ்', 'என்கிது' இருவரும் இணைந்து அந்தக் காளையை வீழ்த்தினார்கள். அவர்களது வெற்றிச் சிரிப்புகள் 'உருக்' நகரத்தின் தெருக்களில் ஒலித்தன.

இப்போது, 'கில்காமேஷ்', 'என்கிது' ஆகிய இருவரில் ஒருவன் மரணிக்க வேண்டும் என, கடவுள்கள் தீர்மானித்தனர்: அந்தத் தீர்மானம், 'என்கிது' மேல் இறங்கியது. மரணம் அவனைத் தேர்ந்தெடுத்தது. அவனது உடல் மெதுவாகச் சுருங்கியது.

அதுவரையில் அவனிடமிருந்த புன்னகை, மறையத் துவங்கியது. நண்பனின் நிலை கண்டு 'கில்காமேஷ்' கதறினான்.

"நீயே என் ஆன்மாவின் மீதி. நீ இல்லாமல் நான் எதுவுமில்லை" என்று கூப்பாடு போட்டான். ஆனால், மரணத்தின் கைகள் 'என்கிது' மேல் இறுகப் பற்றி, அவனைக் கருணையில்லாமல் எடுத்துச் சென்றது.

இப்போது, மரணம் குறித்த பயம் 'கில்காமேஷ்' இதயத்திற்குள் புகுந்து, அவன் மனதை ஆட்கொண்டது.

ஆகவே, மரணமில்லாப் பெருவாழ்வு வேண்டி, மரணத்தை வெல்லும் வழிகளைத் தேடி, அவன் புறப்பட்டான். கடல்களை நீந்தினான். பாலைவனங்களைக் கடந்தான். பனிரெண்டு மணிநேரம் இருட்டின் சுரங்கங்களில் நடந்து, 'உத்தநபிஷ்டு' என்பவரைச் சந்தித்தான் – உலகம் வெள்ளத்தால் சூழப்பட்டு அழிந்தபோதும், எஞ்சி நின்று உயிர்வாழ்ந்த சாட்சிதான், 'உத்தநபிஷ்டு' என்ற மனிதன்.

இப்போது, உத்தநபிஷ்டு சொன்னான்:

"மரணத்தை வெல்ல முடியாது கில்காமேஷ். மனிதனுக்கு நித்திய வாழ்வு இல்லை. உழைப்பு, அன்பு, நினைவுகள் என்பவையே அவனது வாழ்க்கைக்கான பரிசு" என்றான்.

"இல்லையில்லை, எனக்கு இறவா வாழ்வு வேண்டும்" என்றான், கில்காமேஷ்.

"அப்படியென்றால், துயிலாத ஏழு இரவுகளை நீ கடந்தால், உனக்கு இறவா வாழ்வு தருவேன்" என்றான் உத்தநபிஷ்டு.

விழித்திருக்க முடிவுசெய்த 'கில்காமேஷ்', தரையில் அமர்ந்து, 'தூங்காதிருக்க என்னவெல்லாம் செய்யலாம்' என்ற சிந்தனையுடனேயே தூங்கிப்போனான். அவனும் மனிதன்தானே? களைப்பின் விளிம்பு, அவனுக்குத் தூக்கத்தைத் தந்தது.

ஏழு நாட்கள் தூங்காதிருக்க முடிவு செய்தவன், ஏழு நாட்களுக்குப் பிறகே கண் விழித்தான்.

"தூக்கத்தை வெல்ல முடியாதவன், மரணத்தை வெல்ல முடியாது" என்பதை, இதன் வாயிலாக 'உத்தநபிஷ்டு'

உணர்த்தினான். இதையெல்லாம் கவனித்துக்கொண்டிருந்த 'உத்தநபிஷ்டு'வின் மனைவிக்கு, 'கில்காமேஷ்' மீது இரக்கம் உருவாக, அவனிடத்தில் ஓர் ரகசியம் பகிர்ந்தாள்.

"கடலின் அடியில் ஒரு மூலிகை உள்ளது. முதியவனை மீண்டும் இளைஞனாக்கும் மூலிகை அது. அந்த மூலிகையை நீங்கள் எடுத்து உண்டால், உங்கள் இளமை திரும்பும்" என்றாள்.

தன் உடலில் கல்லைக் கட்டிய 'கில்காமேஷ்' கல்லின் எடையால், ஆழ்கடலுக்குள் விரைவாகச் சென்றான். அந்த மூலிகையைப் பிடித்தான். பறித்தான். கல்லை உடலில் இருந்து அகற்றினான். மூச்சை இழுத்துப் பிடித்து, மேலே வந்தான். பெருங்காற்று அவனைக் கரைக்கு ஒதுக்கியது. அவனது கைவிரல்கள் மூலிகை இலைகளை நழுவாமல் பிடித்திருந்தபோதும், அவனது உள்ளத்தில் இருந்த நம்பிக்கையில் ஒரு சந்தேகம் உதித்தது. மனித இனத்திற்கே உரிய சந்தேகம் அது.

"இந்த மூலிகை உண்மையிலேயே வேலை செய்யுமா? அல்லது, மூலிகையால் எனக்கு வேறு ஏதாவது நடந்துவிடுமா?" என்கிற மனக் குழப்பம் உருவாயிற்று.

தன் சொந்த நாடான 'உருக்' பட்டணம் நோக்கிப் பயணித்தான். பயணத்தின் வழியில், "முதலில், மூப்பன் ஒருவன் மீது மூலிகையைச் சோதித்துப் பார்க்க வேண்டும். அதன் பின்னரே நானும் சாப்பிட வேண்டும்" என்று முடிவெடுத்தான். மனிதனின் இயல்பு குணமான சந்தேகத்திற்கு அவனும் பலியானான்.

திரும்பும் வழியில், அடர்ந்த வனப் பகுதியில், கொஞ்சம் ஓய்வில் இருந்தான். மூலிகையை ஓரமாய் வைத்து, அங்கு வழிந்தோடிய மலையருவியின் குளிர்நீரில் நனைந்தான். அந்தக் கணத்தில், ஒரு பாம்பு, மூலிகையின் வாசனையை உணர்ந்து, அவ்விடம் ஊர்ந்து வந்து, அந்த மூலிகையை விழுங்கியது.

இப்போது, அந்தப் பாம்பு, தன் தோலை உடலிலிருந்து நீக்கி, புதியதாக ஆனது. இதைப் பார்த்து அதிர்ச்சியடைந்த 'கில்காமேஷ்' தரையில் விழுந்தான்.

"இனி எதுவும் இல்லை. என்னால் சாவை வெல்ல முடியாது. நான் கடவுள் அல்லன். நான் மனிதன் தான்" என்று கண்ணீர் மல்கிக் கதறினான்.

பின், அவனே ஆசுவாசமடைந்து, நிதானமானான். ‘உருக்’ பட்டணம் நோக்கி படகில் வந்தான். அவன் கட்டிய ‘உருக்’ நகரத்தின் அழகிய மதில்கள் தூரமாய்த் தென்பட்டன.

உள்ள அமைதியோடும் தீர்க்கமோடும் “உருக்கின் சுவர்களில் கால் வைத்துப் பாருங்கள். அதன் அடிப்படையை ஆய்வு செய்யுங்கள். செங்கற்களின் உறுதியை உணருங்கள்.

இந்தக் கோட்டையை ஏழு முனிவர்கள் கட்டினர். தீயில் சுடப்பட்ட இந்தச் செங்கற்கள் -காலத்தையும் தாண்டி நிற்கும் சாட்சி” என்றான்.

மரணமில்லா வாழ்வு அவனுக்குக் கிடைக்கவில்லை. ஆனால், நினைவில் நிலைக்கும் ஒரு வாழ்வு அவனுக்குக் கிடைத்தது. கில்காமேஷ் காவியம் உணர்த்தும் வாழ்வியல் உண்மையும் இதுதான்!

“உழைப்பில் வெற்றுப் பெருமை கொள்ளாதே. அது, உன்னைக் கடவுள் எனத் தவறாக நம்ப வைக்கும்.”

“உழைப்பை விலக்காதே. அது உன்னைக் கீழ்த்தரமாக ஆக்கி, மனித கண்ணியத்தைப் பறித்துவிடும்.”

“மனிதனாகவே இரு. உழைப்பை ஏற்று, அர்த்தத்தை உருவாக்கு.”

உழைப்பும், அன்பும், நினைவுகள் மட்டுமே மனிதர்களுக்குரியன.

வேலை – உரிமை – வளர்ச்சி

மனிதர்களின் உழைப்பே இந்த உலகத்தை இயங்க வைக்கிறது. உற்பத்தி, வர்த்தகம், சேவை, முதலீடு ஆகிய அனைத்தும் மனித உழைப்பால் மட்டுமே சாத்தியமாகிறது. மனித உழைப்பே பொருளாதார மற்றும் சமூக வளர்ச்சிக்கு அடித்தளமிடுகிறது.

பொருளாதார வளர்ச்சி என்பது மீண்டும் புதிய வேலை வாய்ப்புகளை உருவாக்க வேண்டும். மீண்டும் பொருளாதாரத்தை வலுவடையச் செய்ய வேண்டும். அந்த வளர்ச்சிக்குத் தேவையான வேலைகள் மற்றும் முன்னெடுப்புகள் யாவும் தரமானவையாகவும், மனித உரிமையுடனும் இருக்கவேண்டும்.

ஜெனீவாவில் நடைபெறும் 113வது பன்னாட்டுத் தொழிலாளர் மாநாட்டை முன்னிட்டு, பன்னாட்டுத் தொழிலாளர் அமைப்பு (மிலிளி) வெளியிட்டுள்ள அறிக்கை, கீழ்க்கண்ட எச்சரிக்கை உணர்வோடு எழுதப்பட்டுள்ளது.

"Jobs, rights and growth: Reinforcing the connection" என்ற தலைப்பில் வெளிவந்திருக்கும் அந்த அறிக்கை "வேலை - உரிமை - வளர்ச்சி என்கிற முக்கோணப் பிணைப்பு இப்போது பல இடங்களில் முறிந்துவிட்டது' என்ற உண்மையை முன்வைத்துள்ளது.

"இணையம், செயற்கை நுண்ணறிவு, காலநிலை மாற்றம், 'பிளாட்ஃபார்ம்' வேலைகள், தொழில் மாற்றங்கள் போன்றவற்றால்

தற்காலத்தில் மனித உழைப்பிற்கும் உரிமைக்கும் இடையே இருந்த பாலம் பல இடங்களில் உடைந்துள்ளது" என, கவலையோடு ஒலிக்கும் அந்த அறிக்கை, நாம் வாழ்ந்துகொண்டிருக்கும் காலத்தை 'அதிருப்தியின் காலம்' (*Time of Discontent*) என்று குறிப்பிடுகிறது.

அந்த அறிக்கையில் இடம்பெற்றுள்ள, கீழ்க்கண்ட ஏழு புள்ளிகள் இந்த அடிப்படையான பிரச்னை குறித்து நம்மைப் பொறுப்போடு சிந்திக்க அழைக்கிறது.

1. உலகளவில் 'ஜி.டி.பி.,' குறியீடு மூலம் சுட்டிக் காட்டப்படும் பொருளாதார வளர்ச்சியை நாடுகள் பெற்றிருந்தாலும், அந்த வளர்ச்சி புதிய வேலைகளை, வேலைகளின் தரத்தை உயர்த்த வில்லை. வேலை இருந்தாலும், அது குறைந்த சம்பளம், பாதுகாப்பில்லாத சூழல், ஓய்வும் நலன்களும் இல்லாத நிலையாகவே உள்ளது.

2. மக்கள் நம்பிக்கையை இழந்துவிட்டனர். 'நான் உழைக்கிறேன். ஆனால், நான் பாதுகாப்பாக இருக்கிறேனா?' என்ற கேள்வி உலகம் முழுவதும் எழுகிறது. அரசியல் அமைப்புகளிலும் பணியிடங்களிலும் தொடர்ந்து நம்பிக்கையின்மை உணர்வு மேலோங்கி வருகின்றது.

3. 'ஏ.ஐ.,' தொழில்நுட்பம் மனித உரிமைகளைச் சிதைக்கிறது. 'அல்காரிதம்'கள் மனிதர்களின் மேற்பார்வையாளர்களாக மாறியுள்ளன. வேலை நேரம், வேலையின் தரம் மற்றும் பணிப் பகிர்வு அனைத்தும் கருவிகளால் மதிப்பீடுகள் செய்யப்படுகின்றன. இது பணியாளர்களின் உரிமையை எளிதாகப் பறிக்கும்.

4. கல்வி முடித்தும் இளைஞர்களுக்கு வேலை கிடைக்கவில்லை. திறன்கள் குறைவு என்ற பெயரில் ஏராளமான இளைஞர்கள் புறக்கணிக்கப்படுகிறார்கள்.

5. காலநிலை மாற்றம் வேலை வாய்ப்பை அழிக்கிறது. வெப்பம், வெள்ளம், வறட்சி உள்ளிட்டவை மனித வேலைகளைக் கடுமையாகப் பாதிக்கின்றன.

6. ஜனநாயக உரிமைகள், கூட்டு ஒப்பந்தங்கள், தொழிலாளர் குரல் உள்ளிட்ட அனைத்தும் பொருளாதார வளர்ச்சி என்கிற

பெயரில் ஓரங்கட்டப்படுகின்றன. சுதந்திரமாக அமைக்கப்பட்ட தொழிலாளர் சங்கங்களின் எண்ணிக்கையும் அவர்களின் செயல்பாடுகளும் குறைந்துள்ளன.

7. உலகளவில் காணப்படும் இப்போதைய பொருளாதார வளர்ச்சி உண்மைதான். ஆனால், இந்த வளர்ச்சியால் போதுமான அளவில் வேலைகள் உருவாகவில்லை. வேலையின் தரம் மேம்படவில்லை. அந்த வேலையில் மனிதருக்கான உரிமைகள் இல்லை. இது சமூகக் கட்டமைப்பைக் குலைத்துப்போடும் அபாயத்தை உருவாக்குகிறது. இந்த நிலை நீடித்தால் சமூகநீதி, சமத்துவம், பாதுகாப்பு ஆகியவை குலைத்துப்போடப்பட்டு, எளிய மக்களின் வாழ்வியல் புரட்டிப்போடப்படும்.

எனவே, இந்த 'வேலை, உரிமை, வளர்ச்சி' *(Jobs, Rights and Growth: Reinforcing the connection)* என்ற பிணைப்பை மீண்டும் கட்டமைக்க வேண்டியது காலத்தின் கட்டாயம்.

இவ்வாறு அந்த அறிக்கை கூறுகிறது.

பன்னாட்டுத் தொழிலாளர் அமைப்பின் இந்த அறிக்கை வெறும் பரிந்துரை அல்ல; இது பொதுச் சமூகத்திற்கான எச்சரிக்கை.

மனித உழைப்பை மறந்துவிட்ட ஒரு வளர்ச்சிப் பயணம் நம்மை எங்கு கொண்டுபோகும் என்பதை உணர்த்தும் விதமாக அறிவிக்கப்பட்டுள்ள விழிப்புணர்வு எச்சரிக்கையாகவே இதை நாம் பார்க்க வேண்டும்.

மனித உழைப்புப் பரிமாற்றம் என்பது இயல்பிலே சிக்கலானது. அது பன்முகம் கொண்டது. வலைப் பின்னல் போன்று ஒன்றுக்கொன்று தொடர்பு கொண்டது. அது உணர்வு பூர்வமானது மட்டுமல்ல, தனி மனிதனின் உரிமை, அடையாளம், சுய மரியாதையைக் கலந்து நிற்பது.

இத்தகைய பன்முகம் கொண்ட மனித உழைப்புப் பரிமாற்றத்தை நிர்வகிக்கும் அமைப்புகள், காலம் காலமாக, ஒருதலைப்பட்சமாகவே செயல்பட்டு வந்துள்ளன என்பதுதான் மனித வரலாற்றுப் பக்கங்கள் நமக்குக் காட்டும் உண்மை. சுயநலத்தால் எழுந்த பாரபட்சம் இந்த உழைப்புப் பரிமாற்ற சமநிலையைக் குலைத்துப் போட்டுக்கொண்டே வந்துள்ளது.

தமிழில் உள்ள 'ஃ' எனும் ஆயுத எழுத்து, மூன்று புள்ளிகளால் ஆனது. அந்த மூன்று புள்ளிகளும் சரியான இடத்தில் சமநிலையாக இருந்தால்தான் அது 'ஃ' என வாசிக்கப்படும்.

அதுபோலவே, 'வேலை, உரிமை, வளர்ச்சி' இவை மூன்றும் சமநிலையில் இருந்தால் மட்டுமே மனித சமூகம் முழுமையாக இயங்கும். இல்லையெனில் மனித சமூகத்தால் முழுமையாக இயங்க முடியாது.

ஆயுத எழுத்தின் ஒரு புள்ளி உயரமாகவும், ஒரு புள்ளி தடிமனாகவும், ஒரு புள்ளி சற்றே இடம் மாறிக் கீழே இருந்தாலும், அது ஆயுத எழுத்தாக அமைவதில்லை. மூன்று புள்ளிகளும் சமமாகவே இருக்க வேண்டும். சீராக இணைந்திருக்க வேண்டும்.

அதுபோலவே, வேலை, உரிமை, வளர்ச்சி ஆகிய மூன்றும் ஒன்றை ஒன்று வலுப்படுத்தும் உறவாக இருந்தால்தான் மனித சமுதாயம் முழுமையாகச் சுழலும். பன்னாட்டுத் தொழிலாளர் அமைப்பின் அறிக்கையும் இதைத்தான் கூறுகிறது.

கைகுலுக்கி விடைபெறுவோம்

நாம், அன்புத் தோழமையுடன் கூடிய கைகுலுக்கலுடன், நமது உரையாடலை முடித்துக்கொள்வோம்.

யுவல் நோவா ஹராரி, தனது 'சேப்பியன்ஸ்' புத்தகத்தில், "கற்பனையான உண்மைகளை நம்பும் திறனே மனித இனத்தின் வளர்ச்சிக்குக் காரணம்" என வாதிட்டார். "பணம், தேசங்கள், கடவுள்கள் - இவை அனைத்தும் நம்முடைய கூட்டு நம்பிக்கைகள், அவை வரலாற்றின் ஊடாக மனித சமுதாயத்தை ஒன்றிணைத்தன" என்கிறார்.

கதை சொல்லும் திறனே மனிதனை மற்ற உயிரினங்களிடமிருந்து உயர்த்தியது என்பது அந்த நூலின் வலிமையான வாதம். அவர் அவரின் புத்தகத்தில், "மனிதர்களைப் போல வேடிக்கையான உயிரினங்கள் இல்லை ஏனென்றால் எந்த சிம்பென்சியும் அடுத்தவனுக்கு ஒரு பழம் கொடுத்தால் சொர்க்கத்தில் இரு பழம் கிடைக்கும் என மனிதர்களைப்போல நம்பாது" என வேடிக்கையாகக் கூறுவார். அது உண்மைதான். நாமும் கற்பனையை உருவாக்குபவர்கள்தான். கற்பனைகளை நம்புகிறவர்கள்.

ஆனால், நாம் இதுவரை நிகழ்த்திய இந்த உரையாடல், வேறோர் ஆழமான உண்மையை நமக்குக் கொண்டுவந்திருக்கிறது. ஹராரி

சொல்வது சரிதான், ஆனால், அது கதையின் ஒரு பகுதியை மட்டுமே சொல்கிறது

மனிதர்கள் வெறுமனே கதைசொல்லும் பிராணிகள் மட்டுமல்ல. அவர்கள் கதைகளை உருவாக்கிக்கொண்டது, அன்றாட வாழ்க்கையின் உழைப்பின் சுமையைத் தாங்கவும், அந்த உழைப்புக்கு ஓர் அர்த்தத்தை வழங்கவும்தான். கூட்டு உழைப்புதான் நம்மை ஒன்றிணைத்து வைத்திருக்கும் மிக முக்கியமான, வரலாற்றின் பக்கங்களில் எழுதப்படாத அமைதியான ஒப்பந்தம். அதுதான் மனித இனத்தை உயிர்ப்புடன் வைத்திருக்கிறது. இந்த உழைப்பை உணர்வது எளிதானதும் அல்ல, சுவாரஸ்யமானதும் அல்ல. இது அன்றாடம் நம் கண் முன் நிகழ்ந்துகொண்டே இருக்கும் யதார்த்தம். இதில் ஆச்சரியமோ, மாயமோ, பிரம்மாண்டமோ எதுவும் இல்லை. இந்த உழைப்பு எப்படி நிர்வகிக்கப்படுகிறது, யாரால், எப்படி இயக்கப்படுகிறது என்பதைப் பற்றிய புரிதலை நோக்கிய அறிவுத் தேடலே இன்றும் என்றும் அவசியமானது.

இந்தப் புத்தகத்தை உருவாக்க, எழுத்தெனும் உழைப்பைச் செலுத்திய நானும், வாசிப்பெனும் உழைப்பை அர்ப்பணித்த நீங்களும் இணைந்து பயணித்த இந்தப் பயணம் எந்தக் கற்பனைக் கதையிலும் சாத்தியமாகாதது. இருவரது உழைப்பினால் நெசவான ஓர் உறவு!

மனித உறவுகள் கற்பனைகளால் மட்டும் கட்டமைக்கப்படுபவை அல்ல. அவை, உழைப்புப் பரிமாற்றங்களால் கோக்கப்பட்ட மென்மையான முடிச்சுகள். நமது அன்றாட உழைப்புகளின் வழியாக அமைதியாக உருவாகி, நம்மால் கவனிக்கப்படாமல், நாம் கடந்துசெல்லும் அன்பான இனிய உறவுகள் ஏராளம் உண்டு.

வெளிப்படுத்தப்படாத காதல் முழுமை அடையாது. உணரப்படாத உறவுகளில் ஆழம் இருக்காது. காட்டப்படாத அன்பில் அரவணைப்பின் வெப்பத்தை உணர முடியாது. அதுபோலவே, உணரப்படாத உழைப்பு அதன் மதிப்பைப் பெறாது.

அதைக் கவனித்து ஏற்றுக்கொள்ளும் நொடியில்தான் அந்த உழைப்புக்கும், அந்த உறவுக்கும் புதிய மதிப்பும், புதிய அர்த்தமும் பிறக்கிறது.

எழுத்தெனும் உழைப்பாலும், வாசிப்பெனும் உழைப்பாலும் இந்த நூலின் வழியே நாம் இணைக்கப்பட்டோம். இப்படி ஒண்ணுக்கொண்ணு இணைஞ்சிதான் இருக்கு 'அறியாத உறவுகளாய்'.

இனி, இந்த உறவு அறியப்பட்ட ஒன்றாய்த் தொடரும் என்கிற நம்பிக்கையோடு கைகுலுக்கி விடைபெறுவோம்.

மீண்டும் சந்திப்போம்,

என்றும் தோழமையுடன்

நிர்மல்

நன்றி!

நிர்மல்

நிர்மல், தூத்துக்குடி மாவட்டம் திருவழுதிவிளையைச் சேர்ந்தவர். பாளையங்கோட்டை தூய சவேரியார் கல்லூரியில் வேதியியல் பட்டம் பெற்ற இவர், தூத்துக்குடி ‘ஸ்பிக்’ நிறுவனத்தில் பணியாற்றினார். கடந்த 23 ஆண்டுகளாக கத்தாரில் ‘பெட்ரோ கெமிக்கல்’ துறையில் பணிபுரிந்துவருகிறார்.

‘காணாமல்போன தேசங்கள்’, ‘நிலமும் பொழுதும்’, ‘குன்றாவளம்’, ‘சகாக்கள்’, ‘மக்களாகிய நாம்’, ‘இடுக்கண் படினும்’ ஆகிய நூல்களை ஏற்கனவே வெளியிட்டு, தன் படைப்புகளுக்கெனத் தனித்த வாசகர் வட்டாரத்தையும் பெற்றுள்ளார்.

தமிழ்நாடு முற்போக்கு கலை இலக்கிய மேடையின் அசோகமித்திரன் நினைவு படைப்பூக்க விருதைப் பெற்றுள்ள நிர்மல், தமது ‘இடுக்கண் படினும்’ குறுநாவலுக்காக, நீலம் பதிப்பகத்தின் 2024 ஆம் ஆண்டிற்கான நிதி நல்கை பெற்றவர். மாற்றுத்திறனாளிகளின் உரிமை வரலாற்றை விரிவாகப் பேசும் இவரின் ‘சகாக்கள்’ நூல், தமிழ்நாடு அனைத்து வகை மாற்றுத்திறனாளிகள் மற்றும் பாதுகாப்போர் உரிமைகளுக்கான சங்கம் (TARATDAC) நடத்திய 5வது மாநில மாநாட்டில் அங்கீகரிக்கப்பட்டு, பாராட்டி கவுரவிக்கப்பட்டது.

மின்னஞ்சல் முகவரி: nirmalcb@gmail.com